TRY! START
トライ

にほんご はじめよう

町田恵子　藤田百子　向井あけみ　草野晴香　著

ask

はじめに

| Introduction | Lời nói đầu | Pendahuluan |

『TRY! START にほんご はじめよう』を選んでくださって、ありがとうございます。

この本は、2013年に発行した『TRY! 日本語能力試験 文法から伸ばす日本語』シリーズの姉妹版として、日本語をはじめて勉強する皆さんのために作りました。

外国語の勉強は、

1. 文字と言葉を覚えること、2. 文法を理解すること、3. コミュニケーションをすることです。

本書は、無理なく言葉を覚えたり、会話を楽しんだりすることができるようにと思って作成しました。

第1章は文字を覚えるコーナーです。音声データなど、ウェブコンテンツも活用して、いつでもどこでも、短い時間でも練習ができますから、楽しみながら、ひらがなやカタカナ、漢字と友達になってください。そして、文字を覚えながら、わかる言葉の数も増やしましょう。ひらがなやカタカナを覚え、漢字が少し理解できたら、第1章は卒業です。

第2章は会話と練習のコーナーです。皆さんは子供のころ、周囲の大人の話を聞いて、「ああ、こんなときには、こう言うのか」と理解して、話し始めたと思います。そのとき、文法の心配はしなかったでしょう。子供が自然に言葉を覚える、そんな風にシチュエーションを理解して言葉を使う練習をしてください。

この本の「TRY!」という名前には、気軽にやってみようという意味と、ラグビーのトライ（Try）のように、がんばったことが得点につながるという意味を込めました。皆さんがこの本で日本語を使って楽しく自己表現ができるようになりますよう、お祈りしています。

2018年1月　著者一同

Thank you for purchasing 『TRY! START にほんご はじめよう』.

This book was first released in 2013 as part of the "TRY! JLPT Improve Your Japanese Starting with Grammar" series of textbooks. It is intended for people studying Japanese for the first time.

When learning a foreign language, you must:

1. memorize its characters and vocabulary words, 2. understand its grammar and 3. use it to communicate.

This book was designed to help you memorize vocabulary with ease and enjoy learning to communicate.

Chapter 1 focuses on learning characters. Accompanying audio and additional online content are also available so you can study for as much or as little as you like. Enjoy learning katakana and hiragana and make kanji your friend while memorizing Japanese characters and increasing your vocabulary. Once you learn hiragana, katakana and a few kanji, you will be able to graduate from Chapter 1.

Chapter 2 focuses on conversation and practice. When you were a child, you likely first learned how to speak by listening to the people around you speaking. Then you did not have to worry about things like grammar or vocabulary. So, please use the situation-based content in this book to learn vocabulary naturally, just like you did when you were a child.

Just as the title of this book says, we believe that effort is directly connected to the score you get, much like a try in rugby. We hope that this books helps you to better enjoying using Japanese to express yourself and communicate with others.

The authors January, 2018

Trân trọng cảm ơn các bạn đã chọn cuốn sách 『TRY! START にほんご はじめよう』.

Cuốn sách này được xây dựng dành riêng cho các bạn lần đầu tiên học tiếng Nhật như một phiên bản chị em của tập sách "TRY! 日本語能力試験　文法から伸ばす日本語 " được phát hành vào năm 2013.

Việc học ngoại ngữ bao gồm:

1. Học thuộc chữ viết và từ vựng　2. Nắm bắt được ngữ pháp　3. Giao tiếp

Cuốn sách này được xây dựng với mong muốn giúp người học, có thể nhớ từ vựng một cách không gượng ép và luyện tập hội thoại vui vẻ.

Chương 1 là phần học Chữ viết. Bằng việc sử dụng các nội dung trên web như dữ liệu âm thanh v.v., bạn có thể luyện tập ở bất cứ nơi nào, bất cứ nơi nào trong thời gian ngắn. Vì thế, rất mong các bạn có thể vui vẻ làm bạn nhanh chóng với Hiragana, Katakana và Hán tự. Hơn thế nữa, các bạn hãy cố gắng nhớ mặt chữ và tăng thêm vốn từ vựng cho mình. Sau khi các bạn đã thuộc Hiragana, Katakana và hiểu một chút về Hán tự thì các bạn sẽ hoàn thành được chương 1.

Chương 2 là phần Hội thoại và Luyện tập. Chúng tôi nghĩ rằng khi còn bé các bạn nghe những người lớn xung quanh nói chuyện và hiểu rằng "À, những lúc như thế này thì phải nói thế này", từ đó bắt đầu biết nói chuyện. Vào lúc đó ắt hẳn là các bạn không lo lắng gì về ngữ pháp phải không? Trẻ con nhớ từ vựng một cách rất tự nhiên vì thế chúng tôi rất muốn các bạn hiểu được tình huống và sử dụng từ vựng với cách như thế.

Tên của cuốn sách này là "TRY!" tức là mang ý nghĩa học tập một cách nhẹ nhàng và cũng bao gồm cả ý nghĩa mọi sự nỗ lực sẽ mang lại điểm số giống như sự thử thách (Try) trong môn bóng bầu dục. Chính vì thế chúng tôi rất mong các bạn học tập bằng cuốn sách này có thể dùng tiếng Nhật để diễn đạt chính mình một cách vui vẻ.

Nhóm tác giả tháng 1 năm 2018

Terima kasih telah memilih 『TRY! START にほんご はじめよう』.

Buku ini disusun untuk Anda yang baru pertama kali belajar bahasa Jepang sebagai edisi kembaran seri "TRY! Ujian Kemampuan Bahasa Jepang: Bahasa Jepang yang Dikembangkan dari Tata Bahasa" yang diterbitkan pada tahun 2013.

Mempelajari bahasa asing berarti:

1. Menghafal karakter/huruf dan kosakata, 2. Memahami tata bahasa, 3. Berkomunikasi.

Buku ini disusun dengan harapan agar kosakata dapat dihafal tanpa memaksakan diri dan percakapan dapat dilakukan dengan menyenangkan.

Bab 1 merupakan pojok untuk mengingat karakter. Bertemanlah dengan riang bersama hiragana, katakana, dan kanji karena latihan dapat dilakukan kapan pun, di mana pun, dan dalam waktu singkat dengan memanfaatkan data suara, konten Internet, dll. Selain itu, mari tingkatkan jumlah kosakata yang dipahami sambil menghafalkan karakter. Anda dapat lulus dari Bab 1 bila berhasil menghafal hiragana dan katakana serta memahami sedikit kanji.

Bab 2 merupakan pojok percakapan dan latihan. Pada waktu Anda kecil, Anda mulai berbicara setelah mendengar percakapan orang dewasa di sekitar dan paham "Oh, pada waktu seperti ini kita mengatakan hal seperti itu". Pada waktu itu, Anda pasti belum mengkhawatirkan soal tata bahasa. Berlatihlah menggunakan kosakata dengan memahami situasi seperti itu ketika anak-anak menghafal kosakata secara alami.

Pada nama "TRY!" dalam buku ini memiliki makna ajakan untuk mencoba dengan mudah dan usaha keras yang telah dilakukan akan menghasilkan suatu nilai khusus seperti "Try" dalam rugbi. Kami berdoa agar Anda dapat mengekspresikan diri sendiri dengan menyenangkan menggunakan bahasa Jepang dalam buku ini.

Januari 2018, Tim Penyusun

この本をお使いになる皆さんへ

この教材には、本冊、別冊と公式サイトでダウンロードできる音声などのコンテンツがあります。

1. 本冊

ひらがな・カタカナ・漢字を学習する第1章と、日本語の会話に慣れるための第2章で構成されています。

各章の構成

[第1章　もじ]

① **いってみよう！**
音声を聞いて、言って覚えましょう。

② **よんでみよう！**
①音声を聞いて、あとについて読みましょう。
②ひとつずつ自分で読んでから、音声を聞いて確認しましょう。

③ **かいてみよう！**
見本を見ながら正しい書き順で書きましょう。上段ではグレーの文字をなぞります。間違えやすい文字については書き方のポイントを示しました。

④ **れんしゅうシート**
公式サイトから「れんしゅうシート」をダウンロードしてください。グレーの文字をなぞり、単語で文字を練習します。書くときに、単語の意味を覚える必要はありません。書いたあとで、読んでみましょう。

⑤ **やってみよう！**
きちんと覚えたか、聞いて書く問題で確認しましょう。

漢字を楽しく紹介するページもあります。漢字がどのような文字なのか知ってください。

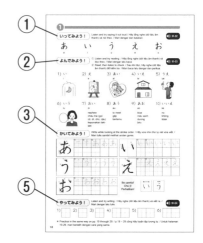

[第2章　かいわ]

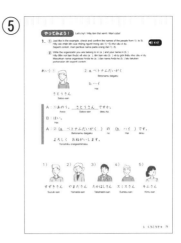

① **かいわ** のイラストと質問
イラストを見ながら、その場面でどんなことが話されるかイメージしてください。

② **かいわ**
日本人と話す場面で、すぐに使えるものを載せました。新しい文法項目や表現は太字にして番号が振ってあります。文法や表現の解説は別冊にあります。

③ **ことば** **いっしょに おぼえよう！**
イラストで新出語を覚えましょう。便利な表現も覚えてください。

④ **ことばの れんしゅう**
単語を覚えたかどうか確認できる言葉クイズが載っています。

⑤ **やってみよう！**
かいわ に出てきた表現を使って話す練習をしましょう。音声データで、実際に会話しているように練習できます。

巻末に、「文法・表現リスト」があります。

2. 別冊

- 第1章 **やってみよう！** 、 **ひらがなテスト** 、 **TRY!** 、 **カタカナテスト** の答え
- 第2章 **ことばの れんしゅう** 、 **れんしゅう** の答え、 **やってみよう！** の答え・答えの例・スクリプト
- 第2章 **かいわ** の訳文と、文法・表現の解説（訳含）

3. 公式サイト

http://www.ask-books.com/trystart
音声データやコンテンツがウェブサイトからダウンロードできます。
- 第1章・第2章「音声データ」(mp3)
- 第1章「れんしゅうシート」(pdf)

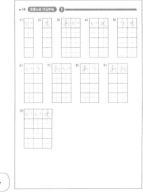

れんしゅうシート

この本をお使いになる皆さんへ　5

To learners using this book

This includes the main textbook, a supplementary book and downloadable audio content available on our website.

1. Main textbook

Learn hiragana, katakana and basic kanji in Chapter 1 and familiarize yourself with Japanese conversation in Chapter 2.

Chapter layout:

[Chapter 1 Characters]

① **いってみよう！** Let's try speaking!
  Listen to the audio and try repeating.

② **よんでみよう！** Let's try reading!
  ① Listen to the audio and try reading along.
  ② Check your progress by reading each character first, then listening to the audio.

③ **かいてみよう！** Let's try writing!
  Try writing characters while looking at examples of the proper stroke order. At the upper levels, trace over grey characters for practice. Includes advice for commonly miswritten characters.

④ **れんしゅうシート** Practice sheets
  Download practice sheets from our website. Then, practice tracing over the grey characters to help you learn new vocabulary words. After writing them, try reading them.

⑤ **やってみよう！** Let's try!
  Check your understanding with listening comprehension practice questions.

Pages introduce kanji in fun ways to show you just what kind of characters kanji are.

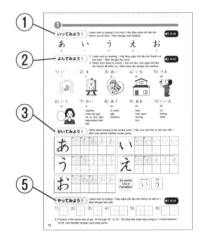

[Chapter 2 Conversations]

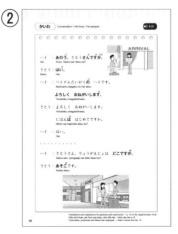
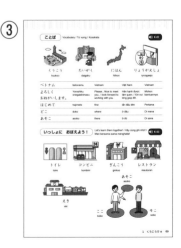

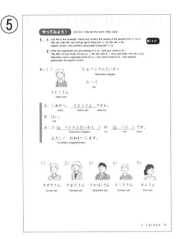

① **Illustrations and questions relating to [Conversations]**
Look at the illustrations and try to imagine what kind of things are being talked about in that setting.

② かいわ **Conversation**
We have included things you can put into use right away to converse with Japanese. New grammar and expressions are written in large, easy-to-read characters and with reference numbers. Explanations for the grammar and expressions can be found in the supplementary text.

③ ことば いっしょに おぼえよう！ **Vocabulary・Let's learn them together!**
Learn new words through illustrations. Also learn convenient phrases and expressions.

④ ことばの れんしゅう **Vocabulary Practice**
Includes quizzes to check to see how much vocabulary you have memorized.

⑤ やってみよう！ **Let's try!**
Try practicing the use of the expressions found in the [Conversations] lesson. Practice like you are having a real conversation using the downloadable audio content.

There is a grammar and expression list at the end of each chapter.

2. Supplementary Book

- Chapter 1 [Let's Try!], [Hiragana], [TRY!], [Katakana Test] answers
- Chapter 2 [Conversations] translations and grammar and expressions explanations
- Chapter 2 [Vocabulary Practice], [Practice] answers, [Let's Try] answers, example answers and scripts

3. Website

http://www.ask-books.com/trystart
Audio data files are available for download on our website.
- Chapter 1・Chapter 2 "Audio data" (mp3)
- Chapter 1 "Practice Sheet" (pdf)

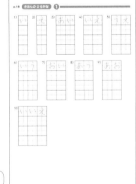

Gửi đến các bạn sử dụng quyển sách này

Tài liệu này gồm phần sách học chính, phụ bản và nội dung có thể tải xuống từ trang web chính thức như dữ liệu âm thanh v.v…

1. Sách học chính

Được biên soạn thành 2 chương, chương 1 giúp các bạn nhớ được các bảng chữ Hiragana, Katakana, Hán tự. Chương 2 với mục đích để làm quen với hội thoại trong tiếng Nhật.

Cấu trúc các chương

[Chương I: Chữ viết]

① 　いってみよう！　**Hãy nói thử!**
Hãy lắng nghe dữ liệu âm thanh, nói ra và ghi nhớ.

② 　よんでみよう！　**Hãy đọc thử!**
① Lắng nghe dữ liệu âm thanh rồi hãy đọc theo sau.
② Sau khi tự mình đọc từng chữ, hãy nghe lại để kiểm tra

③ 　かいてみよう！　**Hãy viết thử!**
Hãy xem chữ mẫu và viết đúng theo trình tự các nét. Hàng trên là để các bạn đồ lại theo nét chữ màu xám. Chúng tôi có chỉ ra những điểm lưu ý trong cách viết đối với những chữ dễ nhầm lẫn.

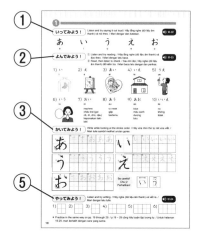

④ 　れんしゅうシート　**Tờ luyện tập**
Hãy tải "Tờ luyện tập" từ trang web chính thức xuống. Hãy đồ theo chữ màu xám, luyện tập chữ viết bằng từ vựng. Khi viết, không cần phải nhớ nghĩa của từ. Sau khi viết xong hãy đọc lên.

⑤ 　やってみよう！　**Hãy làm thử!**
Hãy xác nhận xem đã nhớ rõ hay chưa bằng bài tập nghe, rồi viết ra.
Ngoài ra còn có cả trang web giới thiệu về Hán tự rất thú vị. Các bạn hãy tìm hiểu xem Hán tự là chữ viết như thế nào nhé.

[Chương II: Hội thoại]

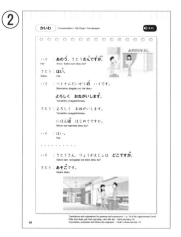

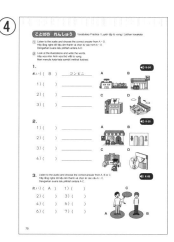
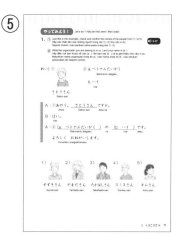

① **Câu hỏi và hình minh họa liên quan đến hội thoại**

Hãy xem hình minh họa và hình dung ra câu chuyện nào được nói đến trong tình huống đó.

② かいわ **Hội thoại**

Chúng tôi đã đưa ra những hội thoại có thể sử dụng ngay trong tình huống nói chuyện với người Nhật. Những mẫu ngữ pháp hay cách diễn đạt mới được in đậm và đánh theo số thứ tự. Giải thích ngữ pháp và cách diễn đạt sẽ được trình bày trong phần phụ bản.

③ ことば　いっしょに　おぼえよう！ **Từ vựng - Hãy cùng ghi nhớ!**

Hãy ghi nhớ từ mới bằng các hình minh họa. Hãy ghi nhớ cả những cách diễn đạt tiện lợi nhé!

④ ことばの　れんしゅう **Luyện tập từ vựng**

Chúng tôi có đưa ra những câu hỏi đố về từ vựng để xác nhận xem các bạn đã nhớ được từ vựng hay chưa.

⑤ やってみよう！ **Hãy làm thử!**

Hãy sử dụng các cách biểu hiện xuất hiện trong hội thoại để luyện tập nói. Có thể luyện tập như hội thoại thực tế bằng dữ liệu âm thanh.

Cuối sách có "Danh mục các mẫu ngữ pháp và cách diễn đạt"

2. Phần phụ bản

- Chương 1: Câu trả lời của "Hãy làm thử!", "Bài kiểm tra Hiragana", "TRY!", "Bài kiểm tra Katakana"
- Chương 2: Câu trả lời của "Luyện tập từ vựng", "Luyện tập", câu trả lời, câu trả lời ví dụ, nội dung nghe của "Hãy làm thử!"
- Chương 2: Phần dịch của Hội thoại, giải thích ngữ pháp, cách diễn đạt (có bản dịch)

3. Trang web chính thức

http://www.ask-books.com/trystart

Các bạn có thể tải dữ liệu âm thanh và nội dung từ trang web.
- Chương 1 - Chương 2: Dữ liệu âm thanh (mp3)
- Chương 1 : "Tờ luyện tập" (pdf)

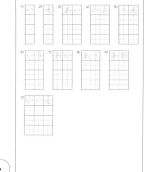

Gửi đến các bạn sử dụng cuốn sách này ● 9

Bagi Anda yang menggunakan buku ini

Dalam bahan ajar ini terdapat konten data suara dan sebagainya yang dapat diunduh dari buku ini, buku volume lain, maupun situs resmi.

1. Buku ini

Terdiri dari Bab 1 untuk belajar hiragana, katakana, dan kanji serta Bab 2 untuk membiasakan diri bercakap-cakap dalam bahasa Jepang.

Struktur Tiap Bab
[Bab 1 Karakter]

① いってみよう！ **Mari katakan!**

Mari menghafal dengan mendengarkan suara dan mengatakannya.

② よんでみよう！ **Mari baca!**

① Mari baca setelah mendengarkan suara.
② Setelah membaca sendiri satu per satu, coba dengarkan suara untuk memastikannya.

③ かいてみよう！ **Mari menulis!**

Mari menulis dengan urutan penulisan yang benar sambil melihat contoh. Di baris atas, tulis karakter abu-abu dengan mengikuti polanya. Karakter yang mudah salah tulis akan diberikan poin-poin cara penulisannya.

④ れんしゅうシート **Lembar latihan**

Silakan unduh "Lembar latihan" dari situs resmi. Tulis karakter abu-abu dengan mengikuti polanya dan berlatihlah menulis karakter dengan kata. Saat menulis, Anda tidak perlu menghafal arti dari kata tersebut. Setelah menulis, cobalah untuk membacanya.

⑤ やってみよう！ **Mari coba!**

Mari periksa apakah Anda sudah benar menghafalnya dengan soal dengar-tulis.

Terdapat juga halaman yang memperkenalkan kanji dengan menyenangkan. Anda dapat mengetahui kanji itu merupakan karakter seperti apa.

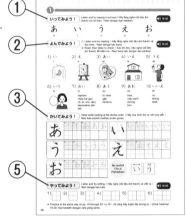

[Bab 2 Percakapan]

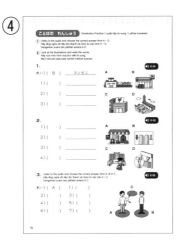
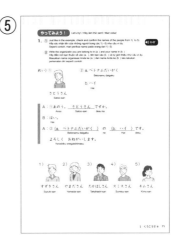

① **Ilustrasi dan pertanyaan [percakapan]**

Sambil melihat ilustrasi, bayangkan percakapan seperti apa yang dilakukan dalam situasi tersebut.

② かいわ **Percakapan**

Di sini dicantumkan hal-hal yang segera dapat digunakan dalam situasi percakapan dengan orang Jepang. Tata bahasa maupun ekspresi baru ditulis dengan huruf tebal dan diberikan nomor. Penjelasan tata bahasa dan ekspresi diberikan dalam buku volume lain.

③ ことば　いっしょに　おぼえよう！　**Kosakata - Mari bersama-sama menghafal!**

Mari hafalkan kata-kata baru dengan ilustrasi. Hafalkan juga ekspresi yang praktis digunakan.

④ ことばの　れんしゅう **Latihan kosakata**

Terdapat kuis kosakata yang dapat digunakan untuk memeriksa apakah Anda sudah menghafal kata-kata.

⑤ やってみよう！ **Mari coba!**

Mari berlatih berbicara dengan menggunakan ekspresi yang keluar dalam [Percakapan]. Anda dapat berlatih seperti sedang bercakap-cakap sungguhan dengan data suara.

Terdapat "Daftar Tata Bahasa dan Ekspresi" di bagian akhir buku.

2. Buku Volume Lain

- Bab 1 Jawaban [Mari coba!], [Ujian Hiragana], [TRY!], dan [Ujian Katakana]
- Bab 2 Terjemahan [Percakapan] dan penjelasan tata bahasa serta ekspresi
- Bab 2 Jawaban [Latihan kosakata], [Latihan], jawaban [Ayo coba!], contoh jawaban, dan naskah

3. Situs Resmi

http://www.ask-books.com/trystart

Data suara dan konten dapat diunduh dari situs web.
- "Data suara" Bab 1 dan Bab 2 (mp3)
- "Lembar latihan" Bab 1 (pdf)

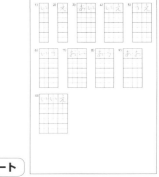

Bagi Anda yang menggunakan buku ini ● 11

この本をお使いになる先生方へ

| To teachers using this book | Gửi đến quý thầy cô sử dụng cuốn sách này | Bagi pengajar yang menggunakan buku ini |

この本をお使いくださり、ありがとうございます。

近年、観光客の増加に伴って、海外の学習者も生の日本語に直に触れる機会が増え、日本語の習得に対する興味も増していることでしょう。本書の目指すところは、現実的な場面で、具体的に日本語がどのように使われているかを目で見て、感じて、それを踏まえて文法の基礎を学ぶことです。特に入門段階において、枠組みとしての文法をきちんと把握することは、その後の日本語の運用にとって非常に重要だと思います。

［第2章 かいわ］は （ かいわ ）のシチュエーションから文法項目に自然になじみ、さらに発話につなげることで自己表現もできるように作成しました。

ここでは、日本人との交流を通じて日本語を感じてもらえるよう、以下の場面を設定しています。

	タイトル	場面
1	くうこうで	空港へ迎えに行く
2	レストランで①	レストランに入ってメニューを見る
3	レストランで②	レストランで料理について話す
4	レストランで③	公園に行こうと誘う
5	バスで	日本語の勉強方法について話す
6	こうえんで	公園を散策する
7	さとうさんの　うちで①	家族を紹介する／飲み物などを勧める
8	さとうさんの　うちで②	趣味について話す／フライト予定を確認する
9	タクシーで	空港までの金額や時間を確認する／お土産を勧める／別れの挨拶

学習者の持つ背景知識を十分に活用してイメージ作りができるような内容、学習者自身が実際に日本人と交流したいと思えるような内容になっています。本書を使ってご指導される先生方にも、ぜひ学習者の方とともにハイさんと佐藤さんのやりとりを楽しんでいただきたく存じます。

授業のために

公式サイト（https://www.ask-books.com/jp/978-4-86639-141-0/）で、授業に役立つ資料がダウンロードできます。ぜひご活用ください。

本書につきまして、何かご意見などございましたら、どうぞお寄せくださいますよう、お願い申し上げます。

もくじ

Table of Contents	Mục Lục	Daftar Isi

	Introduction	Lời nói đầu	Pendahuluan	**2**
はじめに				
この本をお使いになる皆さんへ	To learners using this book	Gửi đến các bạn sử dụng quyển sách này	Bagi Anda yang menggunakan buku ini	**4**
この本をお使いになる先生方へ	To teachers using this book	Gửi đến quý thầy cô sử dụng cuốn sách này	Bagi pengajar yang menggunakan buku ini	**12**

だい1しょう　　もじ	Chapter 1 Characters	Chương I Chữ viết	Bab 1 Karakter	
にほんごの もじ	Japanese Characters	Chữ viết trong tiếng Nhật	Karakter Bahasa Jepang	**16**
1 ひらがな	Hiragana	Hiragana	Hiragana	**17**
きほんの ひらがな	Basic Hiragana	Hiragana căn bản	Hiragana Dasar	**17**
いろいろな ひらがな	Various Hiragana	Các chữ Hiragana khác	Beragam Hiragana	**30**
TRY!				**38**
ひらがなテスト	Hiragana Test	Bài kiểm tra Hiragana	Ujian Hiragana	**42**
2 カタカナ	Katakana	Katakana	Katakana	**43**
きほんの カタカナ	Basic Katakana	Katakana căn bản	Katakana Dasar	**43**
いろいろな カタカナ	Various Katakana	Các chữ Katakana khác	Beragam Katakana	**50**
TRY!				**54**
カタカナテスト	Katakana Test	Bài kiểm tra Katakana	Ujian Katakana	**56**
3 かんじ	Kanji	Hán tự	Kanji	**57**
どんな もじ?	What kind of character is it?	Là loại chữ như thế nào?	Karakter seperti apa?	**57**
いろいろな かんじ	Various Kanji	Các loại chữ Hán	Beragam Kanji	**59**

この本をお使いになる先生方へ／もくじ　●　13

だい2しょう　**かいわ**	Chapter 2 Conversations	Chương II Hội thoại	Bab 2 Percakapan	
とうじょうじんぶつ	List of Characters	Các nhân vật xuất hiện	Para Tokoh	**66**
1　くうこうで	At the Airport	Ở sân bay	Di Bandara	**67**

あのう。／さとうさんですか。／はい。／ベトナムだいがくの　ハイです。／
よろしくおねがいします。／にほんは　はじめてですか。／どこですか。／あそこです。

2　レストランで①	At a Restaurant ①	Ở nhà hàng ①	Di Restoran ①	**73**

ベトナムじんですか。／え？／ベトナムご、わかりますか。／こちらへ　どうぞ。／すみません。／
おねがいします。／はい。／なにを　たべますか。／うーん。

3　レストランで②	At a Restaurant ②	Ở nhà hàng ②	Di Restoran ②	**81**

これ／はい、そうです。／これは　なんですか。／おいしいですか。／ええ。

4　レストランで③	At a Restaurant ③	Ở nhà hàng ③	Di Restoran ③	**87**

こうえんへ　いきませんか。／いいですね。／なんで　いきますか。／いいえ／とおくないです。

5　バスで	On the Bus	Trên xe buýt	Di Bus	**93**

にほんごが　じょうずですね。／ありがとうございます。／どうやって　べんきょうしましたか。／
これで　べんきょうしました。

6　こうえんで	At the Park	Ở công viên	Di Taman	**99**

きれいな　こうえんですね。／ええ。／あ、／カフェが　あります。／あそこで　やすみませんか。
／そうですね。

7　さとうさんの　うちで①	At Sato-san's House ①	Ở nhà của Sato ①	Di Rumah Sato-san ①	**107**

こんにちは。／はじめまして。／おとうとさんも　だいがくせいですか。／
だいがくせいじゃ　ありません。／どうぞ。／ありがとうございます。／いただきます。

8　さとうさんの　うちで②	At Sato-san's House ②	Ở nhà của Sato ②	Di Rumah Sato-san ②	**117**

なにを　しますか。／にほんの　アニメが　すきですか。／きょうは　ありがとうございました。／
なんじですか。／また　あした。

9　タクシーで	By Taxi	Trên taxi	Di Taksi	**127**

くうこうまで　いくらですか。／3,000 えんくらいです。／チェックインは　なんじからですか。／
なにが　いいですか。／おかしが　いいですよ。／そうですか。／いいえ。／また　きて　くださいね。

ぶんぽう・ひょうげんリスト	Grammar-Expressions List	Danh mục Ngữ pháp - Cách diễn đạt	Daftar Tata Bahasa dan Ekspresi	**134**

14

だい１しょう

もじ

Dai 1 shoo
Moji

Chapter 1	Chương I	Bab 1
Characters	Chữ viết	Karakter

にほんごの　もじ

Nihon-go no moji

Japanese Characters	Chữ viết trong tiếng Nhật	Karakter Bahasa Jepang

There are three types of characters in Japanese: hiragana, katakana and kanji. The Roman alphabet is also sometimes used.

Trong tiếng Nhật có 3 loại chữ: Hiragana, Katakana và Hán tự. Ngoài ra, bảng chữ cái Latinh cũng được sử dụng.

Karakter bahasa Jepang terdiri dari 3 jenis, yaitu hiragana, katakana, dan kanji. Selain itu, huruf alfabet juga digunakan.

バス で 行きます。

Katakana　Hiragana　Kanji　Hiragana
Hán tự

I will go by bus.　Đi bằng xe buýt.　Pergi dengan bus.

Hiragana:
used for words that show grammatical movements such as conjugation suffuixes for verbs and adjectives as well as particles.

Hiragana:
Được sử dụng trong phần đuôi của động từ, tính từ, hoặc trợ từ v.v…, đảm nhận chức năng ngữ pháp.

Hiragana:
Memiliki fungsi gramatikal seperti partikel atau bagian yang menggunakan kata kerja dan kata sifat, dll.

Katakana:
used mostly for foreign loan words, names of foreign locations and people, and onomatopoeia.

Katakana:
Chủ yếu sử dụng để diễn đạt từ tượng thanh, tên người, địa danh nước ngoài và các từ vay mượn từ tiếng nước ngoài.

Katakana:
Umumnya digunakan untuk mengekspresikan istilah bahasa asing, nama tempat atau nama orang luar negeri, dan onomatope.

Kanji:
characters that are originally from China, each with its own meaning.

Hán tự:
Là loại chữ vốn có nguồn gốc từ Trung Quốc. Mỗi chữ đều mang một ý nghĩa riêng.

Kanji:
Merupakan karakter yang pada mulanya berasal dari Tiongkok. Tiap karakter memiliki arti tersendiri.

CD を 買いました。

I bought a CD.　Đã mua CD.　Membeli CD.

The letters of the Roman alphabet are used for acronyms of foreign words.

Chữ Latinh: Được sử dụng dưới hình thức viết tắt của các chữ vay mượn từ tiếng nước ngoài như "IT", "LDK", "ID" v.v.

Alfabet digunakan dalam bentuk inisial bahasa asing seperti "IT", "LDK", "ID", dll.

Japanese characters can be written horizontally from right to left or vertically from top to bottom.

Chữ viết trong tiếng Nhật, nét ngang sẽ được viết từ trái sang phải, còn nét dọc sẽ được viết từ trên xuống.

Karakter bahasa Jepang ditulis dari kiri ke kanan untuk penulisan horizontal dan dari atas ke bawah untuk penulisan vertikal.

1
ひらがな

Hiragana

きほんの ひらがな　Basic Hiragana
Hiragana căn bản
Hiragana Dasar

 M-01

	a		i		u		e		o	
	a	あ	i	い	u	う	e	え	o	お
k	ka	か	ki	き	ku	く	ke	け	ko	こ
s	sa	さ	shi	し	su	す	se	せ	so	そ
t	ta	た	chi	ち	tsu	つ	te	て	to	と
n	na	な	ni	に	nu	ぬ	ne	ね	no	の
h	ha	は	hi	ひ	fu	ふ	he	へ	ho	ほ
m	ma	ま	mi	み	mu	む	me	め	mo	も
y	ya	や			yu	ゆ			yo	よ
r	ra	ら	ri	り	ru	る	re	れ	ro	ろ
w	wa	わ							o	を
n/m/ŋ	ん									

1　ひらがな　17

1

いってみよう！ Listen and try saying it out loud. / Hãy lắng nghe rồi nói theo. / Mari dengar dan katakan. 🔊 M-02

あ	い	う	え	お
a	i	u	e	o

よんでみよう！
① Listen and try reading. / Hãy lắng nghe rồi đọc theo. / Mari dengar lalu baca.
② Read, then listen to check. / Sau khi đọc, hãy nghe để kiểm tra. / Mari baca lalu dengar dan periksa. 🔊 M-03

1) い
i

2) え
e

3) あい
ai

4) いえ
ie

5) うえ
ue

6) いう
iu

7) おい
oi
nephew
Cháu trai (con của anh chị em)
keponakan laki-laki

8) あう
au
to meet
gặp
bertemu

9) あお
ao
blue
màu xanh dương
biru

10) いいえ
iie
no
không
tidak

かいてみよう！ Write while looking at the stroke order. / Hãy nhìn thứ tự nét và viết ra. / Mari tulis sambil melihat urutan gores.

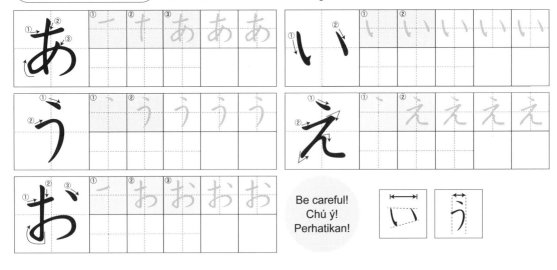

Be careful!
Chú ý!
Perhatikan!

やってみよう！ Listen and try writing. / Hãy nghe rồi viết ra. / Mari dengar lalu tulis. 🔊 M-04

1) ☐☐   2) ☐☐   3) ☐☐   4) ☐☐☐   5) ☐☐☐   6) ☐☐☐

＊ Practice in the same way on pp. 19 through 29. / Hãy luyện tập tương tự từ trang 19~29 / Untuk halaman 19-29, mari berlatih dengan cara yang sama.

❷

いってみよう！ 🔊 M-05

か	き	く	け	こ
ka	ki	ku	ke	ko

よんでみよう！ 🔊 M-06

1) いけ
ike

2) こい
koi

3) かお
kao

4) かき
kaki

5) えき
eki

6) かい
kai

7) かく
kaku

8) あき
aki
fall, autumn
mùa thu
musim gugur

9) こえ
koe
voice
tiếng, giọng nói
suara

10) きかい
kikai
machine・opportunity
máy móc, cơ hội
mesin, kesempatan

かいてみよう！

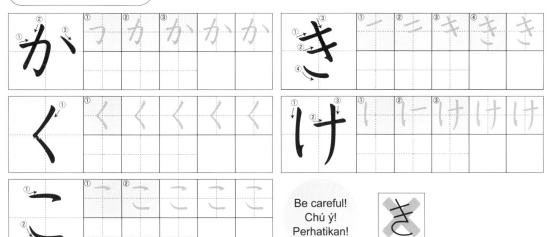

Be careful!
Chú ý!
Perhatikan!

やってみよう！ 🔊 M-07

1) ☐☐ 2) ☐☐ 3) ☐☐ 4) ☐☐☐ 5) ☐☐☐ 6) ☐☐☐

1　ひらがな

③

いってみよう！ 🔊 M-08

さ	し	す	せ	そ
sa	**shi**	su	se	so

よんでみよう！ 🔊 M-09

1) かさ
kasa

2) すし
sushi

3) あせ
ase

4) うし
ushi

5) しお
shio

6) そこ
soko
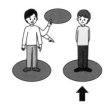

7) すき
suki

8) しか
shika

9) すいか
suika

10) せかい
sekai
world
thế giới
dunia

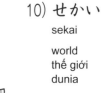

かいてみよう！

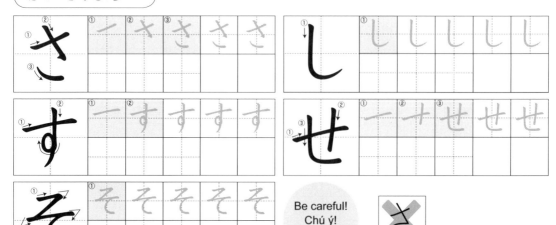

Be careful!
Chú ý!
Perhatikan!!

やってみよう！ 🔊 M-10

1) ☐ 2) ☐ 3) ☐☐ 4) ☐☐ 5) ☐☐ 6) ☐☐

4

いってみよう！ 🔊 M-11

た	ち	つ	て	と
ta	**chi**	**tsu**	te	to

よんでみよう！ 🔊 M-12

1) て
te

2) つき
tsuki

3) くち
kuchi

4) おと
oto
sound
âm thanh, tiếng động
bunyi

5) そと
soto
outside
bên ngoài
luar

6) たつ
tatsu
to stand
đứng
berdiri

7) たいこ
taiko
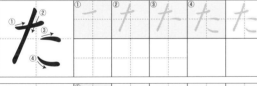

8) つくえ
tsukue

9) おとこ
otoko
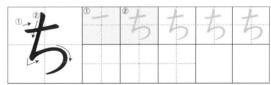

10) ちかてつ
chikatetsu

かいてみよう！

やってみよう！ 🔊 M-13

1) ☐　2) ☐　3) ☐　4) ☐☐　5) ☐☐　6) ☐☐

1　ひらがな　●　21

5

いってみよう！

な	に	ぬ	ね	の
na	ni	nu	ne	no

よんでみよう！

1) いぬ
inu

2) ねこ
neko

3) にく
niku

4) ぬの
nuno
cloth
vải
kain

5) なつ
natsu
summer
mùa hè
musim panas

6) きつね
kitsune

7) さかな
sakana

8) きのこ
kinoko

9) おかね
okane

10) にかい
nikai

かいてみよう！

やってみよう！

1) ☐ 2) ☐ 3) ☐ 4) ☐☐ 5) ☐☐ 6) ☐☐

6

いってみよう！ M-17

は	ひ	ふ	へ	ほ
ha	hi	**fu**	he	ho

よんでみよう！ M-18

1) はな
hana

2) ふえ
fue

3) はこ
hako

4) ふね
fune

5) ほし
hoshi

6) ひと
hito

7) へそ
heso

8) ほね
hone

9) ふく
fuku

10) ひなた
hinata
sunny place
nơi/ chỗ có ánh nắng
tempat yang terkena sinar matahari

かいてみよう！

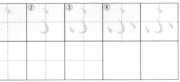

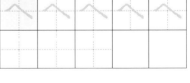

Be careful!
Chú ý!
Perhatikan!

ha　ho

やってみよう！ M-19

1) ☐☐　2) ☐☐　3) ☐☐　4) ☐☐☐　5) ☐☐☐　6) ☐☐☐

1　ひらがな　23

7

いってみよう！

ま	み	む	め	も
ma	mi	mu	me	mo

よんでみよう！

1) うま
uma

2) むし
mushi

3) かめ
kame

4) こま
koma

5) みみ
mimi

6) あめ
ame

7) くも
kumo

8) にもつ
nimotsu

9) はさみ
hasami

10) むすめ
musume

daughter
con gái
anak perempuan

かいてみよう！

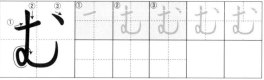
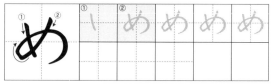
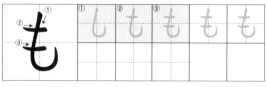

Be careful!
Chú ý!
Perhatikan!

やってみよう！

1)   2)   3)   4)   5)  6)

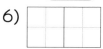

8

いってみよう！ 🔊 M-23

や　　ゆ　　よ
ya　　yu　　yo

よんでみよう！ 🔊 M-24

1) やま
yama

2) よむ
yomu

3) ゆめ
yume

4) やね
yane
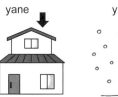

5) ゆき
yuki

6) ふゆ
fuyu
winter
mùa đông
musim dingin

7) おゆ
oyu
hot water
nước nóng
air panas

8) よこ
yoko
horizontal
ngang, bên cạnh
samping

9) やすむ
yasumu

10) ゆかた
yukata
yukata, summer kimono
Áo Kimono mùa hè, áo Yukata
yukata

かいてみよう！

やってみよう！ 🔊 M-25

1) 　2) 　3) 　4) 　5) 　6)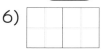

1　ひらがな　25

9

いってみよう！ 🔊 M-26

ら	り	る	れ	ろ
ra	ri	ru	re	ro

よんでみよう！ 🔊 M-27

1) さる
saru

2) くり
kuri

3) はれ
hare

4) そら
sora
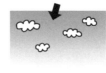

5) みる
miru

6) これ
kore
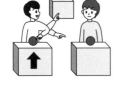

7) しろ
shiro
white
màu trắng
putih

8) りか
rika
science
môn khoa học
Ilmu pengetahuan alam

9) さくら
sakura

10) ふくろ
fukuro

かいてみよう！

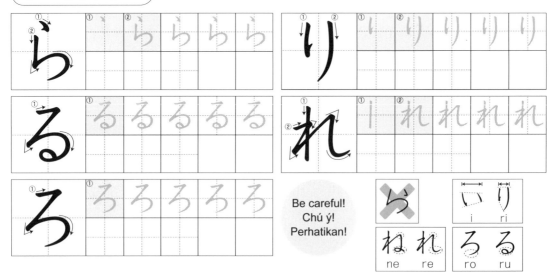

Be careful!
Chú ý!
Perhatikan!

✗ ら	い り i ri
ね れ ne re	ろ る ro ru

やってみよう！ 🔊 M-28

1) ☐ 2) ☐ 3) ☐ 4) ☐☐ 5) ☐☐ 6) ☐☐

10

いってみよう！

わ
wa

よんでみよう！ M-30

1) かわ
kawa

2) わに
wani

3) わたし
watashi
me, I
tôi
saya

4) わらう
warau
to laugh
cười
tertawa

5) わすれる
wasureru
to forget
quên
lupa

かいてみよう！

Be careful!
Chú ý!
Perhatikan!

re　wa

やってみよう！ M-31

1) 　　　　 2) 　　　　 3)

にているじ Similar Character / Các chữ tương tự nhau / Karakter serupa

Let's write. / Hãy luyện viết / Mari menulis.

1)
2)
3)
4)
5)
6)

にているじ Listen and choose. / Hãy nghe và chọn. / Mari dengar dan pilih. 🔊 K-32

1) （さ・き）　　　2) （は・ほ・ま）　　　3) （お・あ・め・ぬ）
4) （ろ・る）　　　5) （れ・わ・ね）　　　6) （り・い・こ）
7) （えさ・えき）　8) （はす・ほす・ます）9) （あし・めし・ぬし）
10)（れつ・わつ・ねつ）11)（かり・かい・かこ）12)（ふろ・ふる）

⑪

いってみよう！ 🔊 M-33

を
o

「は」「へ」「を」

は is usually read as "ha", but when used as a particle, it is read as "wa."
Similarly, へ is usually read as "he", but it is read as "e" when used as a particle.
Furthermore, を is read as "o" just like お, but it is only used as a particle.

" は " thông thường được phát âm là "ha", nhưng khi được sử dụng với vai trò là trợ từ thì được đọc là "wa". Tương tự, " へ " thông thường được phát âm là "he", nhưng khi đóng vai trò là trợ từ thì được đọc là "e". " を " được phát âm là "o" giống như " お ", nhưng không được sử dụng với vai trò là từ vựng mà chỉ được sử dụng với chức năng trợ từ.

" は " biasanya dilafalkan dengan "ha" namun saat digunakan sebagai partikel, dilafalkan dengan "wa".
Sama seperti itu, " へ " pun biasanya dilafalkan dengan "he" namun saat digunakan sebagai partikel, dilafalkan dengan "e".
" を " dilafalkan dengan "o" sama seperti " お " namun tidak digunakan sebagai kata dan hanya digunakan sebagai partikel.

わたし<u>は</u>　さとうです。
Watashi **wa**　Satoo desu.

にほん<u>へ</u>　いきます。
Nihon **e**　ikimasu.

すいか<u>を</u>　たべます。　ほん<u>を</u>　よみます。
Suika **o**　tabemasu.　Hon **o**　yomimasu.

かいてみよう！

12

いってみよう！ 🔊 M-34

ん
n/m/ŋ

「ん」được phát âm tùy thuộc vào âm đứng sau nó.
/n/ : Trong trường âm đứng sau là t、d、r、n、sẽ phát âm thành /n/. Ví dụ：あんない、あんてい。
/m/ : Trong trường âm đứng sau là âm môi b、p、m thì sẽ phát âm thành / m /. Ví dụ：あんまん、あんぱん。
/ŋ/ : Trong trường âm đứng sau là k、g、s、z、thì sẽ phát âm thành/ŋ/. Ví dụ：あんしん、あんき

よんでみよう！ 🔊 M-35

1) ほん
hon

2) せん
sen

3) てんき
tenki

4) みかん
mikan

5) しけん
shiken

test
kỳ thi
ujian

6) けんか
kenka

fight
cãi nhau
berkelahi

7) みんな
min'na

everyone
mọi người
semua orang

8) かんたん
kantan

simple
đơn giản
mudah

9) しんせつ
shinsetsu

kind
tử tế
ramah

10) せんもん
sem'mon

specialty
chuyên môn
khusus

かいてみよう！

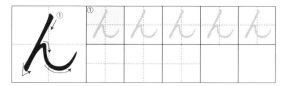

Be careful!
Chú ý!
Perhatikan!

やってみよう！ 🔊 M-36

1. Listen and choose. / Hãy nghe và chọn. / Mari dengar dan pilih.

1) (みな・みんな)　　2) (しせつ・しんせつ)　　3) (かた・かんたん)

2. Listen and try writing. / Hãy nghe và viết ra. / Mari dengar lalu tulis.

1) 　　2) 　　3)

1　ひらがな　29

いろいろな ひらがな

Various Hiragana
Các chữ Hiragana khác
Beragam Hiragana

1

いってみよう！

Listen and try saying it out loud. / Hãy lắng nghe và đọc lớn. / Mari dengar dan katakan.

🔊 M-37

	a		i		u		e		o	
g	ga	が	gi	ぎ	gu	ぐ	ge	げ	go	ご
z	za	ざ	ji	じ	zu	ず	ze	ぜ	zo	ぞ
d	da	だ	ji	ぢ	**zu**	づ	de	で	do	ど
b	ba	ば	bi	び	bu	ぶ	be	べ	bo	ぼ
p	pa	ぱ	pi	ぴ	pu	ぷ	pe	ぺ	po	ぽ

よんでみよう！

① Listen and try reading. / Hãy lắng nghe và đọc theo. / Mari dengar lalu baca.
② Read, then listen to check. / Sau khi đọc, hãy nghe để kiểm tra / Mari baca lalu dengar dan periksa.

🔊 M-38

1) みず
mizu

2) かばん
kaban

3) でんわ
denwa

4) めがね
megane

5) たべる
taberu

6) かんじ
kanji

7) かぞく
kazoku

8) ごぜん
gozen

morning, a.m.
buổi sáng (tính đến 12 giờ trưa)
pagi sebelum pukul 12.00

9) げんき
genki
in good spirits, healthy
khỏe mạnh
semangat

10) しんぶん
shimbun

11) おみやげ
omiyage

12) ともだち
tomodachi

13) えんぴつ
empitsu

14) にほんご
nihon-go

15) せんぱい
sempai
senior, elder
đàn anh đàn chị, tiền bối
senior

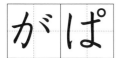 かいてみよう！

The "ﾞ" added to hiragana and katakana are written small and diagonally. The "ﾟ" is written small and to the upper right.
"ﾞ" được viết ngắn và hơi nghiêng. "ﾟ" được viết nhỏ ở phía trên bên phải.
"ﾞ" ditulis pendek menyamping. "ﾟ" pun ditulis kecil di kanan atas.

やってみよう！

1. Listen and choose. / Hãy nghe rồi chọn. / Mari dengar dan pilih.

1) （か・が）   2) （す・ず）   3) （て・で）
4) （ひ・び・ぴ）   5) （ほ・ぼ・ぽ）

2. Listen and try writing. / Hãy nghe rồi viết ra. / Mari dengar lalu tulis.

1) ☐☐ 2) ☐☐ 3) ☐☐ 4) ☐☐ 5) ☐☐

6) ☐☐ 7) ☐☐☐ 8) ☐☐☐☐

* Practice in the same way on pp. 32 through 38. / * Hãy luyện tập tương tự từ trang 32~38 / Untuk halaman 32-38, mari berlatih dengan cara yang sama.

1　ひらがな　●　31

❷ よんでみよう！ 🔊 M-40

Pronounce sounds like 'kk','ss','tt' and 'pp' with a short tense throated pause on the first consonant (and clear pronunciation of the second).
" っ ": Chữ Hiragana này được sử dụng để hiển thị việc tạm dừng một âm trước khi bật ra âm sau đó. Hãy ngưng một phách, chuẩn bị khẩu hình để phát âm âm ngay sau " っ ". Chỉ có 4 âm đi sau " っ " đó là k,t,p,s.
Bagian 'kk', 'ss', 'tt', 'pp' pada kosakata di bawah ini memiliki jeda 1 ketuk dan tidak dilafalkan.

1) に っ き   nikki
2) き っ て   kitte
3) き っ ぷ   kippu
4) ざ っ し   zasshi
5) お っ と   otto
husband
chồng
suami

6) み っ か   mikka
three days
ngày 3
tiga hari

7) に っ し   nisshi
journal
nhật ký, nhật trình
buku harian

8) け っ か   kekka
results
kết quả
hasil

9) せ っ け ん   sekken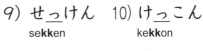

10) け っ こ ん   kekkon

11) し っ ぱ い   shippai
mistake
thất bại
kegagalan

12) い っ ぽ ん   ippon
one (counter of round, cylindrical objects)
1 cây (chỉ vật dài, nhọn)
1 buah (benda panjang)

13) け っ せ き   kesseki
absence
vắng mặt
absen

14) あ さ っ て   asatte
the day after the tomorrow
ngày mốt
lusa

15) き っ さ て ん   kissaten
tea house
quán nước
kedai teh

かいてみよう！

" っ " is written small and to the bottom left when writing horizontally and to the upper right when writing vertically.
" っ " được viết nhỏ. Khi viết theo hàng ngang thì viết ở bên trái phía dưới, viết theo hàng dọc thì viết ở phía bên phải phía trên.
" っ " ditulis kecil. Ditulis di bagian kiri bawah untuk penulisan horizontal dan ditulis di bagian kanan atas untuk penulisan vertikal.

やってみよう！   Listen and choose. / Hãy nghe và chọn. / Mari dengar dan pilih.   🔊 M-41

1) （おと・おっと）　　2) （にし・にっし）　　3) （きて・きって）

4) （せけん・せっけん）　5) （けっか・けんか）

③ よんでみよう！ 🔊 M-42

When the vowel sounds "-a", "-i" or "-u" are elongated, あ, い and う are used, respectively.
Sử dụng " あ "" い " " う " để kéo dài các âm "-a" "-i" "-u".
Bunyi "-a", "-i", "-u" yang dipanjangkan masing-masing menggunakan " あ ", " い ", dan " う ".

1) くうき
kuuki
air, atmosphere
không khí
udara

2) すうじ
suuji
number
chữ số
angka

3) せんぷうき
sem**puu**ki

4) おかあさん
o**kaa**-san
mother
mẹ
ibu

5) おばあさん
o**baa**-san
grandmother
bà
nenek

6) おじいさん
o**jii**-san
grandfather
ông
kakek

7) おにいさん
o**nii**-san
older brother
anh
kakak laki-laki

When the vowel sounds "-e" is elongated, い is usually used.
Khi kéo dài âm "-e" thông thường sẽ sử dụng " い ".
Bunyi "-e" yang dipanjangkan biasanya menggunakan " い ".

Exception: おねえさん (big sister)
Ngoại lệ: おねえさん (chị) v.v.
Pengecualian: おねえさん (kakak perempuan), dll.

8) れい
ree
example
ví dụ
contoh

9) えいが
eega

10) きれい
ki**ree**

11) がくせい
gaku**see**

When the vowel sounds "-o" is elongated, う is usually used.
Khi kéo dài âm "-o" thông thường sẽ sử dụng " う ".
Bunyi "-o" yang dipanjangkan biasanya menggunakan " う ".

Exception: おおきい (big), とおい (far)
Ngoại lệ: おおきい (to, lớn) とおい (xa) v.v.
Pengecualian: おおきい (besar), とおい (jauh), dll.

12) ぼうし
booshi

13) ひこうき
hi**koo**ki

14) いもうと
i**moo**to
younger sister
em gái
adik perempuan

15) ごうかく
gookaku
passing (a test)
đậu (kỳ thi)
lulus

16) おとうさん
o**too**-san
father
bố, ba
ayah

やってみよう！ 🔊 M-43

1) （くき・くうき）　2) （きれ・きれい）　3) （ごかく・ごうかく）

4) （おじさん・おじいさん）　　5) （おばさん・おばあさん）

1　ひらがな　33

4

いってみよう！ 🔊 M-44

きゃ kya	きゅ kyu	きょ kyo	ぎゃ gya	ぎゅ gyu	ぎょ gyo
しゃ sha	しゅ shu	しょ sho	じゃ ja	じゅ ju	じょ jo
ちゃ cha	ちゅ chu	ちょ cho			
にゃ nya	にゅ nyu	にょ nyo			
ひゃ hya	ひゅ hyu	ひょ hyo	びゃ bya	びゅ byu	びょ byo
みゃ mya	みゅ myu	みょ myo	ぴゃ pya	ぴゅ pyu	ぴょ pyo
りゃ rya	りゅ ryu	りょ ryo			

よんでみよう！ 🔊 M-45

Pronounce double consonant and single vowels as units like "kya" as one syllable (and the duration is the same as in the one consonant plus one vowel syllable).

Các chữ " ゃ ", " ゅ ", " ょ " được viết nhỏ không có độ dài của âm. Ví dụ " きゃ " sẽ được đọc thành 2 âm, nhưng " きゃ " được viết từ hai chữ nhưng đọc thành 1 âm.

Kosakata yang memiliki " ゃ ", " ゅ ", " ょ " kecil seperti pada " きゃ " dilafalkan dengan 1 ketukan.

1) おちゃ ocha

2) じしょ jisho

3) ひゃく hyaku
100

4) きょく kyoku
song
bài hát, ca khúc
lagu

5) きしゃ kisha
reporter
phóng viên
wartawan

6) きゃく kyaku
customer
khách, khách hàng
pelanggan

7) しゃしん shashin

8) めんきょ menkyo

9) しょくじ shokuji
meal, dining
bữa ăn
makan

10) しゅじん shujin
head of a household,
shop owner
chồng, chủ nhân
pemilik/Tuan

11) りょこう ryokoo
trip
du lịch
wisata

12) しょくどう shokudoo

13) はっぴゃく happyaku
800

14) しゅくだい shukudai
homework
bài tập
pekerjaan rumah

15) びじゅつかん bijutsukan

かいてみよう！

きゃ	きゅ	きょ							
しゃ	しゅ	しょ							
ちゃ	ちゅ	ちょ							
にゃ	にゅ	にょ							
ひゃ	ひゅ	ひょ							
みゃ	みゅ	みょ							
りゃ	りゅ	りょ							
ぎゃ	ぎゅ	ぎょ							
じゃ	じゅ	じょ							
びゃ	びゅ	びょ							
ぴゃ	ぴゅ	ぴょ							

やってみよう！　　🔊 M-46

1. Listen and choose. / Hãy nghe rồi chọn. / Mari dengar dan pilih.

1) （にゃ・にゅ・にょ）　　2) （ひゃ・ひゅ・ひょ）

3) （きゃ・しゃ・ちゃ）　　4) （みょ・びょ・りょ）

5) （きゃく・きょく）　　6) （きしゃ・きしゅ）

7) （しゅくだい・しょくだい）

2. Listen and try writing. / Hãy nghe rồi viết ra. / Mari dengar lalu tulis.

1) 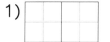　2) 　3) 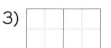　4) 　5)

6) 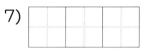　7) 　8)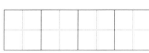

1　ひらがな　● 35

5

いってみよう！ 🔊 M-47

きゃあ kyaa	きゅう kyuu	きょう kyoo	ぎゃあ gyaa	ぎゅう gyuu	ぎょう gyoo
しゃあ shaa	しゅう shuu	しょう shoo	じゃあ jaa	じゅう juu	じょう joo
ちゃあ chaa	ちゅう chuu	ちょう choo			
にゃあ nyaa	にゅう nyuu	にょう nyoo			
ひゃあ hyaa	ひゅう hyuu	ひょう hyoo	びゃあ byaa	びゅう byuu	びょう byoo
みゃあ myaa	みゅう myuu	みょう myoo	ぴゃあ pyaa	ぴゅう pyuu	ぴょう pyoo
りゃあ ryaa	りゅう ryuu	りょう ryoo			

よんでみよう！ 🔊 M-48

Pay attention to small "ゃ", "ゅ" and "ょ" and "う" that is used to show elongated vowel sounds.
Những âm bao gồm các chữ "ゃ", "ゅ", "ょ" được viết nhỏ cũng được kéo dài như "きゃあ" "きゅう". Khi đó, "きゃあ" "きゅう" sẽ được đọc thành hai âm.
Mari perhatikan "ゃ", "ゅ", "ょ" kecil dan "う" dengan bunyi panjang.

1) きょう
kyoo
today
hôm nay
hari ini

2) こしょう
koshoo
breakdown, failure
hỏng hóc
kerusakan

3) しゅうり
shuuri
repairs
sửa chữa
perbaikan

4) びょういん
byooin

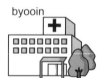

5) じゅぎょう
jugyoo

6) きゅうけい
kyuukee

7) こうじょう
koojoo

8) りょうしん
ryooshin
parents
cha mẹ
orang tua

9) れんしゅう
renshuu
practice
luyện tập
latihan

10) りゅうがく
ryuugaku
studying abroad
du học
belajar di luar negeri

11) ぎゅうにゅう
gyuunyuu

12) ちゅうごくご
chuugoku-go

かいてみよう！

きゃ	あ
しゃ	あ
ちゃ	あ
にゃ	あ
ひゃ	あ
みゃ	あ
りゃ	あ
ぎゃ	あ
じゃ	あ
びゃ	あ
ぴゃ	あ

きゅ	う
しゅ	う
ちゅ	う
にゅ	う
ひゅ	う
みゅ	う
りゅ	う
ぎゅ	う
じゅ	う
びゅ	う
ぴゅ	う

きょ	う
しょ	う
ちょ	う
にょ	う
ひょ	う
みょ	う
りょ	う
ぎょ	う
じょ	う
びょ	う
ぴょ	う

やってみよう！

1) （しゅじん・しゅうじん）　2) （りょこう・りょうこう）

3) （れんしゅう・れんしょう）　4) （びょういん・びよういん）

TRY! Look at the illustration and / Hãy xem hình và / Lihat ilustrasi lalu
① listen to the audio and read along with it. / Lắng nghe dữ liệu âm thanh rồi hãy đọc theo sau. / Dengarkan suara dan katakan setelahnya.
② Write down the words. / Hãy viết ra. / Mari menulis kata-kata.

M-50

①ちず　Chizu　Map / Bản đồ / Peta

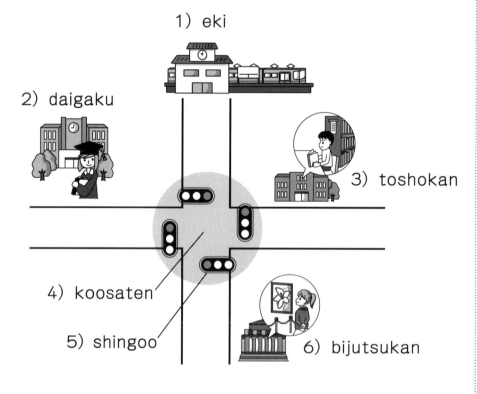

1) 　2)

3) 　4)

5) 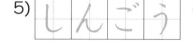　6)

TRY! Look at the illustration and / Hãy xem hình và / Lihat ilustrasi lalu
① listen to the audio and read along with it. / Lắng nghe dữ liệu âm thanh rồi hãy đọc theo sau. / Dengarkan suara dan katakan setelahnya.
② Write down the words. / Hãy viết ra. / Mari menulis kata-kata.

② へや　Heya　Room / Căn phòng / Kamar

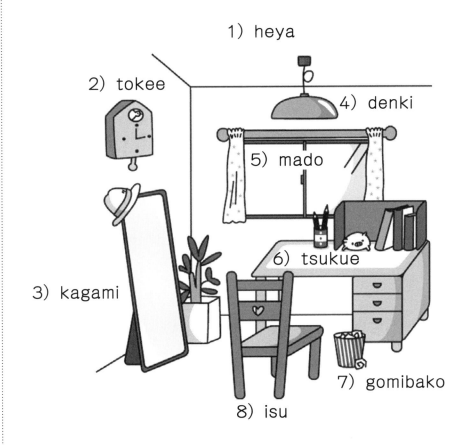

1) heya
2) tokee
3) kagami
4) denki
5) mado
6) tsukue
7) gomibako
8) isu

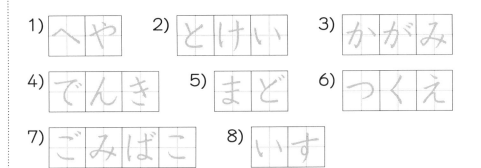

1 ひらがな　39

TRY! Look at the illustration and / Hãy xem hình và / Lihat ilustrasi lalu
① listen to the audio and read along with it. / Lắng nghe dữ liệu âm thanh rồi hãy đọc theo sau. / Dengarkan suara dan katakan setelahnya.
② Write down the words. / Hãy viết ra. / Mari menulis kata-kata.

 M-52

③ **あいさつ**　Aisatsu　Greeting / Chào hỏi / Salam

▶ To meet / Gặp nhau / Bertemu

Morning / Buổi sáng / Pagi　　Midday, daytime / Buổi trưa / Siang　　Evening / Buổi tối / Malam

1) おはようございます。
Ohayoo　gozaimasu.

2) こんにちは。
Kon'nichiwa.

3) こんばんは。
Kombanwa.

▶ To part, to break up / Chia tay / Berpisah

4) さようなら。
Sayoonara.

1)
2) 　　　　3)
4)
5)

だい1しょう　もじ

ひらがなテスト

| Hiragana Test | Kiểm tra Hiragana | Ujian Hiragana |

1. Just like in the example, draw a line connecting the hiragana with the corresponding reading.
Hãy nối chữ Hiragana và cách đọc như ví dụ.
Mari sambungkan hiragana dan cara bacanya dengan garis seperti contoh.

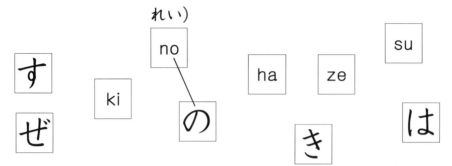

2. Listen and choose. / Hãy nghe rồi chọn. / Mari dengar dan pilih.

1）（ねこ・ねっこ） 2）（ゆき・ゆうき）

3）（ひゃく・みゃく） 4）（こうしゅう・こうしょう）

3. Let's write. / Hãy viết ra. / Mari menulis.

れい）inu　　いぬ

1）hito _____　　2）denwa _____

3）kaban _____　　4）asatte _____

5）sayoonara _____

4. Listen and try writing. / Hãy nghe rồi viết ra. / Mari dengar lalu tulis.

れい）　ふ

1）_____　　2）_____　　3）_____

4）_____　　5）_____　　6）_____

2

カタカナ

Katakana

きほんの カタカナ

Basic Katakana
Katakana căn bản
Katakana Dasar

🔊 M-55

	a		i		u		e		o	
	あ a	ア	い i	イ	う u	ウ	え e	エ	お o	オ
k	か ka	カ	き ki	キ	く ku	ク	け ke	ケ	こ ko	コ
s	さ sa	サ	し **shi**	シ	す su	ス	せ se	セ	そ so	ソ
t	た ta	タ	ち **chi**	チ	っ **tsu**	ツ	て te	テ	と to	ト
n	な na	ナ	に ni	ニ	ぬ nu	ヌ	ね ne	ネ	の no	ノ
h	は ha	ハ	ひ hi	ヒ	ふ **fu**	フ	へ he	ヘ	ほ ho	ホ
m	ま ma	マ	み mi	ミ	む mu	ム	め me	メ	も mo	モ
y	や ya	ヤ			ゆ yu	ユ			よ yo	ヨ
r	ら ra	ラ	り ri	リ	る ru	ル	れ re	レ	ろ ro	ロ
w	わ wa	ワ								
	ん n/m/ŋ	ン								

2 カタカナ ● 43

1

いってみよう！ Listen and try saying it out loud. / Hãy lắng nghe và đọc lớn. / Mari dengar dan katakan.   🔊 M-56

ア	イ	ウ	エ	オ
a	i	u	e	o
カ	キ	ク	ケ	コ
ka	ki	ku	ke	ko
サ	シ	ス	セ	ソ
sa	**shi**	su	se	so

When vowel sounds are elongated in katakana, ー is always used.
Trong Katakana, chúng ta sử dụng " ー " để kéo dài nguyên âm.
Dalam katakana, saat memanjangkan suatu bunyi, selalu menggunakan " ー ".

よんでみよう！   🔊 M-57
① Listen and try reading. / Hãy lắng nghe và đọc theo. / Mari dengar lalu baca.
② Read, then listen to check. / Sau khi đọc, hãy nghe để kiểm tra. / Mari baca lalu dengar dan periksa.

1) アイス aisu
2) ソース soosu
3) スキー sukii
4) ケーキ keeki
5) コース koosu
course
lộ trình
jalur/program

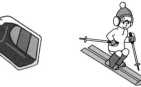

かいてみよう！ Write while looking at the stroke order. / Hãy nhìn thứ tự nét và viết ra. / Mari tulis sambil melihat urutan gores.

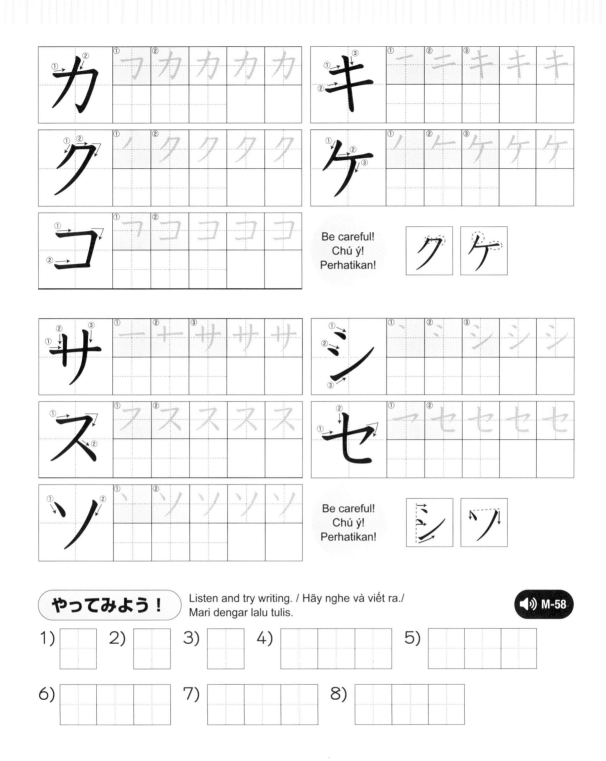

❷

いってみよう！ 🔊 M-59

タ	チ	ツ	テ	ト
ta	**chi**	**tsu**	te	to
ナ	ニ	ヌ	ネ	ノ
na	ni	nu	ne	no
ハ	ヒ	フ	ヘ	ホ
ha	hi	**fu**	he	ho

よんでみよう！ 🔊 M-60

1) テニス
tenisu

2) カヌー
kanuu

3) ノート
nooto

4) テスト
tesuto

5) ツアー
tsuaa

tour
chuyến du lịch
tur

6) タクシー
takushii

7) ネクタイ
nekutai

8) セーター
seetaa

9) コーヒー
koohii

10) カタカナ
katakana

アイウエオ
コーヒー
パン

かいてみよう！

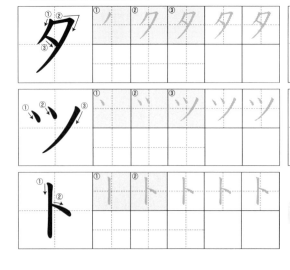
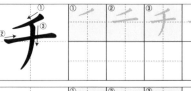
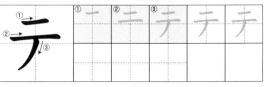

Be careful!
Chú ý!
Perhatikan!

チ | shi　 tsu | テ

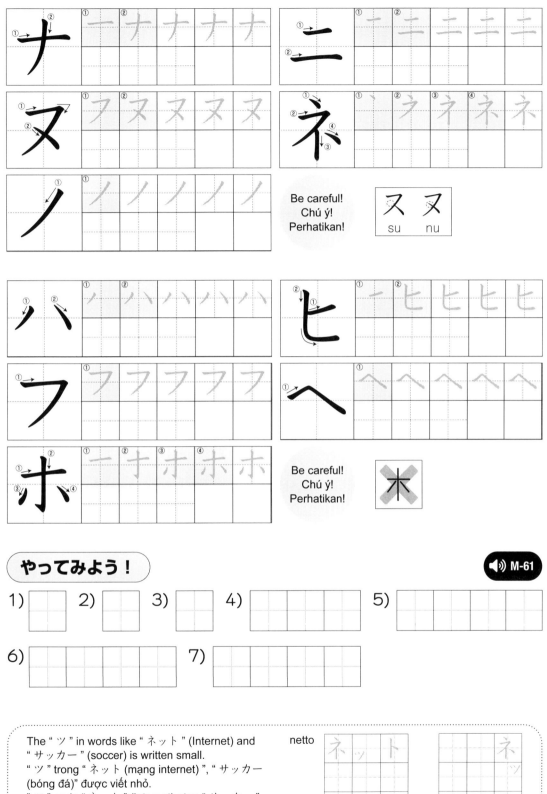

The " ッ " in words like " ネット " (Internet) and " サッカー " (soccer) is written small.
" ッ " trong " ネット (mạng internet) ", " サッカー (bóng đá)" được viết nhỏ.
" ッ " pada " ネット " (internet) atau " サッカー " (sepak bola) ditulis kecil.

netto

③

いってみよう！ 🔊 M-62

マ ma	ミ mi	ム mu	メ me	モ mo
ヤ ya		ユ yu		ヨ yo
ラ ra	リ ri	ル ru	レ re	ロ ro
ワ wa				
ン n/m/ŋ				

よんでみよう！ 🔊 M-63

1) メモ memo
2) タワー tawaa
3) ミルク miruku
4) カラオケ karaoke
5) フルーツ furuutsu

かいてみよう！

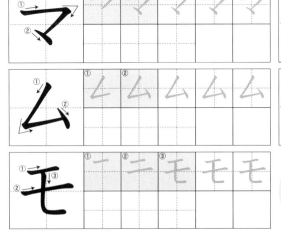
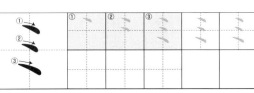
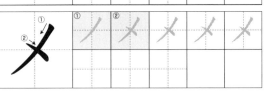

Be careful!
Chú ý!
Perhatikan!

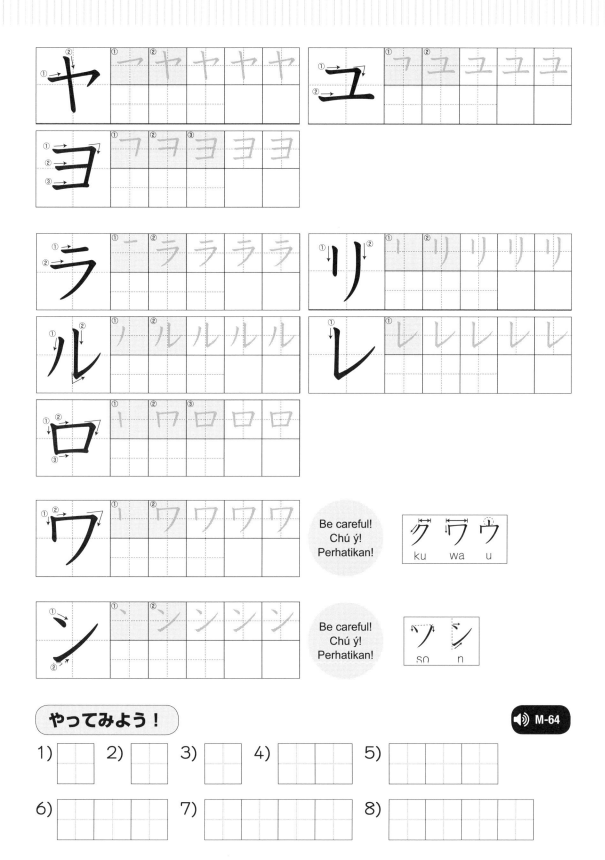

いろいろな カタカナ

Various Katakana / Các chữ Katakana khác / Beragam Katakana

1

いってみよう！ Listen and try saying it out loud. / Hãy lắng nghe và nói theo. / Mari dengar dan katakan. 🔊 M-65

	a	i	u	e	o
g	が ga ガ	ぎ gi ギ	ぐ gu グ	げ ge ゲ	ご go ゴ
z	ざ za ザ	じ ji ジ	ず zu ズ	ぜ ze ゼ	ぞ zo ゾ
d	だ da ダ			で de デ	ど do ド
b	ば ba バ	び bi ビ	ぶ bu ブ	べ be ベ	ぼ bo ボ
p	ぱ pa パ	ぴ pi ピ	ぷ pu プ	ぺ pe ペ	ぽ po ポ

よんでみよう！
① Listen and try reading. / Hãy lắng nghe và đọc theo. / Mari dengar lalu baca.
② Read, then listen to check. / Sau khi đọc, hãy nghe để kiểm tra. / Mari baca lalu dengar dan periksa. 🔊 M-66

1) ドア
doa

2) ペン
pen

3) パン
pan

4) バス
basu

5) ベッド
beddo

6) ゲーム
geemu

7) ドラマ
dorama

8) アプリ
apuri

9) コンビニ
kombini

10) デザート
dezaato
dessert
món tráng miệng
hidangan pencuci mulut

11) アルバイト
arubaito

12) パスポート
pasupooto

Let's write. / Hãy tập viết. / Mari menulis.

The "゛" added to hiragana and katakana are written small and diagonally. The ° is written small and to the upper right.
" ゛" được viết ngắn và hơi nghiêng. " ° " được viết nhỏ ở phía trên bên phải.
[゛] ditulis pendek menyamping. [°] pun ditulis kecil di kanan atas.

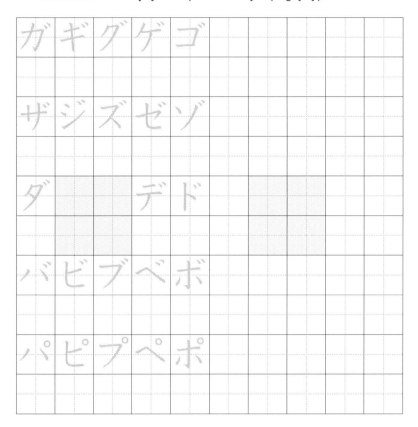

やってみよう！

1. Listen and choose. / Hãy nghe và chọn. / Mari dengar dan pilih.

1) （ク・グ）　　2) （ソ・ゾ）　　3) （タ・ダ）
4) （ハ・バ・パ）　5) （フ・ブ・プ）

2. Listen and try writing. / Hãy nghe và viết ra. / Mari dengar lalu tulis.

1) ☐　2) ☐　3) ☐　4) ☐☐　5) ☐☐　6) ☐☐☐☐

7) ☐☐☐　8) ☐☐☐☐☐

* Practice in the same way on pp. 52 through 53. / * Hãy luyện tập tương tự từ trang 52 ~ 53 / Untuk halaman 52-53, mari berlatih dengan cara yang sama.

2

いってみよう！ 🔊 M-68

キャ	キュ	キョ		ギャ	ギュ	ギョ
kya	kyu	kyo		gya	gyu	gyo
シャ	シュ	ショ		ジャ	ジュ	ジョ
sha	shu	sho		ja	ju	jo
チャ	チュ	チョ				
cha	chu	cho				
ニャ	ニュ	ニョ				
nya	nyu	nyo				
ヒャ	ヒュ	ヒョ		ビャ	ビュ	ビョ
hya	hyu	hyo		bya	byu	byo
ミャ	ミュ	ミョ		ピャ	ピュ	ピョ
mya	myu	myo		pya	pyu	pyo
リャ	リュ	リョ				
rya	ryu	ryo				

よんでみよう！ 🔊 M-69

1) シャツ
shatsu

2) ジャズ
jazu

3) ジャム
jamu

jam
mứt
selai

4) ニュース
nyuusu

5) キャンプ
kyampu

6) ジュース
juusu

7) メニュー
menyuu

8) チャンス
chansu

chance
cơ hội
kesempatan

9) シャンプー
shampuu

10) ジョギング
jogingu

11) チョコレート
chokoreeto

12) コンピューター
kompyuutaa

かいてみよう！

キャ	キュ	キョ							
シャ	シュ	ショ							
チャ	チュ	チョ							
ニャ	ニュ	ニョ							
ヒャ	ヒュ	ヒョ							
ミャ	ミュ	ミョ							
リャ	リュ	リョ							
ギャ	ギュ	ギョ							
ジャ	ジュ	ジョ							
ビャ	ビュ	ビョ							
ピャ	ピュ	ピョ							

やってみよう！

1) 　　　　2) 　　　　3) 　　　　4)

5) 　　　　6)

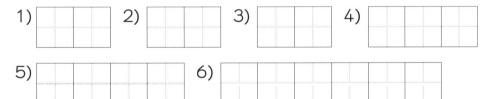

There are also special combinations used for certain loan word sounds. For example, " シェ " (she), " ジェ " (je), " チェ " (che), " ティ " (ti), " ファ " (fa), " フィ " (fi), " フェ " (fe) and " フォ " (fo). The "v" sound can be expressed using the " バビブベボ " sounds, but it can also be represented using " ヴ ". For example " ヴェトナム " (Vietnam).

Ngoài ra, còn có một số kết hợp đặc biệt để biểu thị các từ vay mượn từ nước ngoài. Chẳng hạn như " シェ (she)", " ジェ (je)", " チェ (che)", " ティ (ti)", " ファ (fa)", " フィ (fi)", " フェ (fe)", " フォ (fo)". Âm "v" thông thường sẽ được biểu thị bằng バビブベボ nhưng còn được biểu thị bằng " ヴ ". Ví dụ: Việt Nam→ ヴェトナム

Selain ini pun terdapat kombinasi khusus untuk mengungkapkan bahasa asing. Contohnya " シェ (she)", " ジェ (je)", " チェ (che)", " ティ (ti)", " ファ (fa)", " フィ (fi)", " フェ (fe)", " フォ (fo)", dll. Bunyi "v" biasanya diungkapkan dengan バビブベボ (ba, bi, bu, be, bo) namun ada kalanya menggunakan " ヴ ". Contoh: Vietnam→ ヴェトナム

TRY! ① Listen to the audio and read along with it. / Lắng nghe dữ liệu âm thanh rồi hãy đọc theo sau. / Mari dengarkan suara lalu ucapkan setelahnya.
② Choose words from ▢ and try writing them. / Hãy chọn từ vựng trong ô ▢ và viết ra. / Pilih kosakata dari ▢ lalu tulislah.

① **しゅみ**　Shumi　hobby / sở thích / Hobi　

```
サッカー　テニス　スポーツ　ピアノ　アニメ
ドラマ　インターネット　パソコン　ゲーム
```

1)

サッカー
_____

2)

_____

3)

_____

4)

_____

5)

_____

6)

_____

7)

_____

8)

_____

9)

_____

② **メニュー**　Menyuu　menu / thực đơn / Menu

```
みず　おちゃ　こうちゃ　コーヒー
ジュース　ケーキ　ラーメン　カレー
```

③ くに　　Kuni　　country / quốc gia, đất nước / Negara　

ミャンマー　ちゅうごく　ベトナム　タイ　かんこく　フィリピン
インドネシア　マレーシア　にほん　たいわん　カンボジア

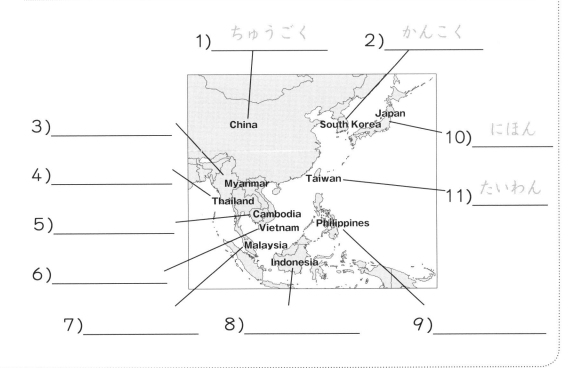

カタカナテスト

Katakana Test | Kiểm tra Katakana | Ujian Katakana

1. Just like in the example, draw a line connecting the hiragana with the corresponding katakana.
Hãy nối chữ Hiragana và Katakana bằng đường nối như ví dụ.
Mari sambungkan hiragana dan katakana dengan garis seperti contoh.

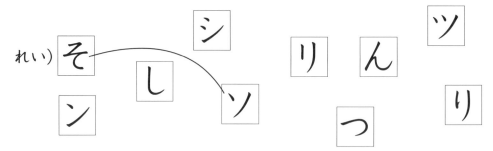

2. Draw a line connecting the katakana with the corresponding picture.
Hãy nối chữ Katakana và hình bằng đường nối.
Mari hubungkan katakana dan gambar dengan garis.

1）コーヒー　2）ジュース　3）ミルク　4）ケーキ

A 　B 　C 　D

3. Let's write. / Hãy viết ra. / Mari menulis.

れい）doa ____ドア____

1）piano ＿＿＿＿＿＿　2）menyuu ＿＿＿＿＿＿

3）nekutai ＿＿＿＿＿＿　4）kombini ＿＿＿＿＿＿

5）kyampu ＿＿＿＿＿＿

4. Listen and try writing. / Hãy nghe và viết ra. / Mari dengar lalu tulis.

れい）＿＿ホ＿＿

1）＿＿＿＿＿＿　2）＿＿＿＿＿＿　3）＿＿＿＿＿＿
4）＿＿＿＿＿＿　5）＿＿＿＿＿＿　6）＿＿＿＿＿＿

3

かんじ

Kanji | Hán tự | Kanji

どんな もじ？

What kind of character is it?
Là chữ như thế nào?
Karakter seperti apa?

Each kanji has its own meaning. Draw a line connecting the picture on the left with the corresponding kanji on the right.
Mỗi Hán tự có ý nghĩa riêng. Hãy thử nối hình bên trái với Hán tự bên phải bằng đường nối.
Kanji masing-masing memiliki artinya sendiri. Coba hubungkan gambar di sebelah kiri dan kanji di sebelah kanan dengan garis.

れい)

1)

2)

3)

4)

5)

6)

7)

8)

水　みず mizu　water / nước / Air

日　ひ hi　sun / mặt trời / Matahari

土　つち tsuchi　dirt, earth / đất / Tanah

月　つき tsuki　moon / mặt trăng / Bulan

雨　あめ ame　rain / mưa / Hujan

火　ひ hi　fire / lửa / Api

木　き ki　tree / cây / Pohon

金　かね kane　gold, money / tiền / Uang

山　やま yama　mountain / núi / Gunung

3　かんじ　●　57

In Japanese, it is normal for a single kanji to have multiple readings. For example, 日 can be read as "hi", "nichi" and "bi."

Trong tiếng Nhật, thông thường, một chữ Hán có nhiều cách đọc. Ví dụ: " 日 " được đọc là "hi" và còn có cách đọc là "nichi", "bi".

Dalam bahasa Jepang, sebuah kanji biasanya memiliki beberapa cara baca. Misalnya " 日 " (ひ) (matahari) juga memiliki cara baca " にち " dan " び ".

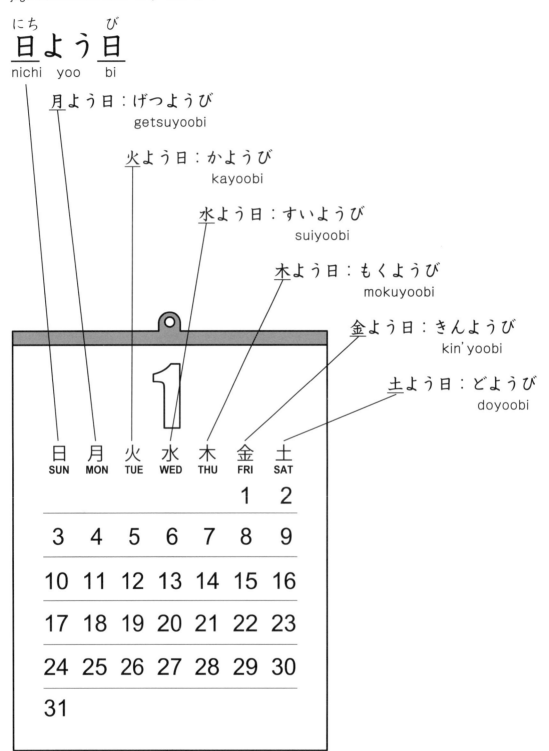

いろいろな かんじ

Various Kanji
Các loại chữ Hán
Beragam Kanji

1 Some kanji having to do with people were derived from the shape of actual objects.
Những chữ Hán có liên quan đến con người, có chữ được tạo thành từ hình dáng được nhìn thấy.
Kanji yang berhubungan dengan orang ada yang dibuat dari bentuk yang dilambangkannya.

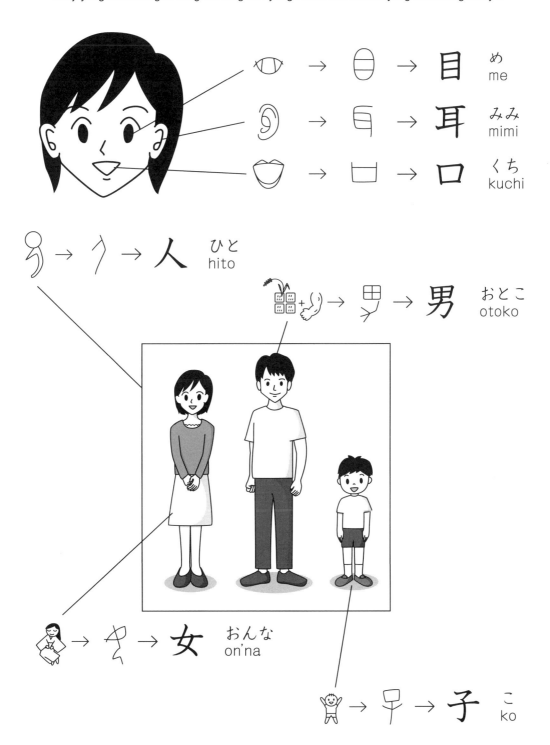

2 Kanji that are difficult to express as pictures will instead be referenced using symbols.
Với những chữ Hán khó để hiển thị bằng tranh thì sử dụng ký hiệu để hiển thị ý nghĩa.
Untuk kanji yang sulit diungkapkan dengan gambar, maknanya diungkapkan dengan simbol.

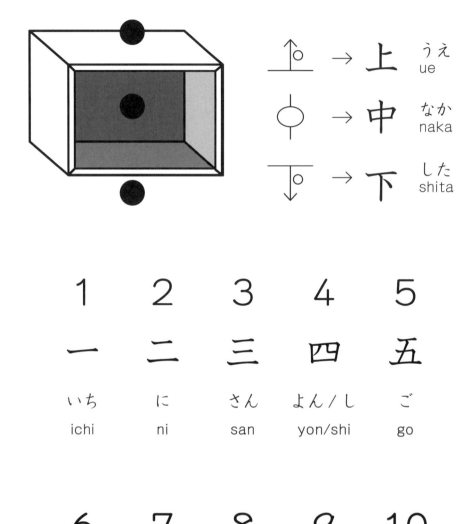

③ Some adjectives and other words are made up of both kanji and hiragana characters.
Cũng có những từ ngữ được tạo thành từ sự kết hợp giữa Hán tự và Hiragana như tính từ v.v...
Ada kosakata yang dibentuk dengan menggabungkan kanji dan hiragana seperti kata sifat, dll.

5 Some kanji are made up of several kanji used to form one character.
Có một số chữ Hán được tạo thành từ sự kết hợp của nhiều chữ Hán.
Ada juga kanji yang terdiri gabungan beberapa kanji membentuk satu karakter.

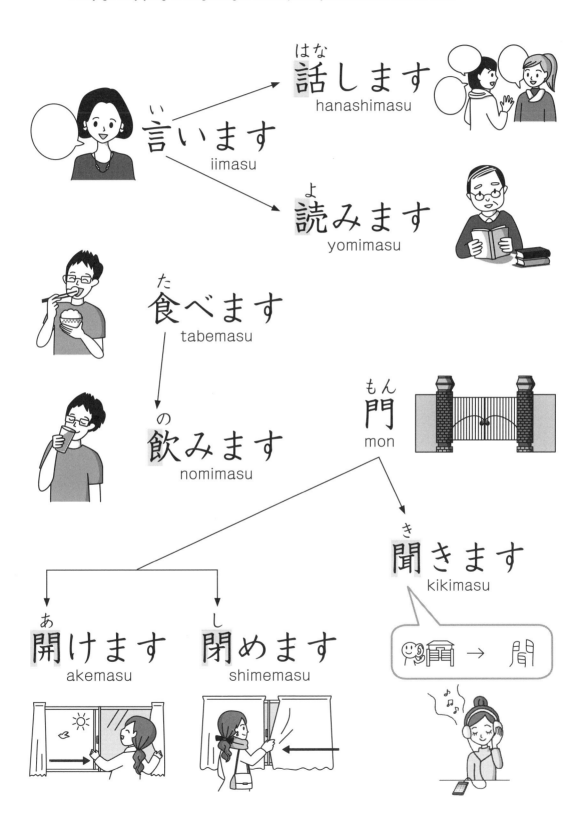

❻ Many words are made up of several kanji used together to form one word.
Trong tiếng Nhật, các chữ Hán kết hợp với nhau tạo thành từ.
Ada juga gabungan beberapa kanji yang membentuk satu kata.

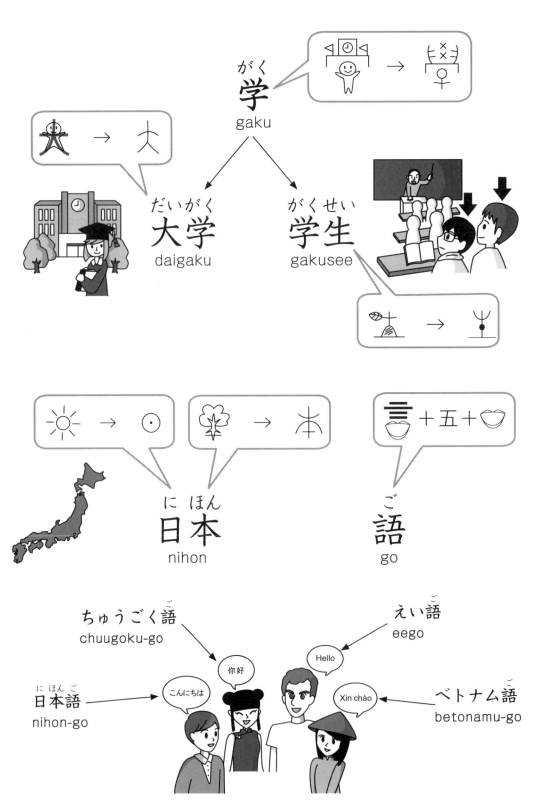

だい2しょう

かいわ

Dai 2 shoo
Kaiwa

Chapter 2	Chương II	Bab 2
Conversations	Hội thoại	Percakapan

とうじょうじんぶつ

Toojoojimbutsu

| List of Characters | Các nhân vật xuất hiện | Para Tokoh |

ハイ
Hai

ベトナムの　だいがくせい
betonamu no daigakusee

| Vietnamese college student | Sinh viên Việt Nam | Mahasiswa Vietnam |

さとう
Satoo

にほんの　だいがくせい
nihon no daigakusee

| Japanese college student | Sinh viên Nhật Bản | Mahasiswa Jepang |

さとうさんの　かぞく
satoo-san no kazoku

| Sato-san's family | Gia đình của Sato | Keluarga Sato-san |

66 ● だい2しょう　かいわ

1
くうこうで

Kuukoo de

| At the Airport | Ở sân bay | Di Bandara |

| Where is this? Why is Sato-san here? | Đây là đâu? Tại sao Sato lại ở đây? | Di mana ini? Mengapa Sato-san berada di sini? |

| What do you think Hai-san will do at the Japanese airport? | Bạn nghĩ Hải làm gì ở sân bay Nhật Bản? | Apa yang sedang Hai-san lakukan di bandara Jepang? |

かいわ Conversation / Hội thoại / Percakapan 🔊 K-01

ハイ ： あのう。さとうさんですか。
Hai： Anoo. Satoo-san desu ka?

さとう： はい。
Satoo： Hai.

ハイ ： ベトナムだいがくの ハイです。
Betonamu daigaku no Hai desu.

よろしく おねがいします。
Yoroshiku onegaishimasu.

さとう： よろしく おねがいします。
Yoroshiku onegaishimasu.

にほんは はじめてですか。
Nihon wa hajimete desu ka.

ハイ ： はい。
Hai.

・・・・・・・・・・

ハイ ： さとうさん、りょうがえじょは どこですか。
Satoo-san, ryoogaejo wa doko desu ka.

さとう： あそこです。
Asoko desu.

Translations and explanations for grammar and expressions → p. 18 of the supplementary book
Phần dịch, giải thích ngữ pháp, cách diễn đạt → Sách phụ bản p.18
Terjemahan, penjelasan tata bahasa dan ungkapan → Buku volume lain hal. 18

ことば   Vocabulary / Từ vựng / Kosakata

くうこう
kuukoo

だいがく
daigaku

にほん
nihon

りょうがえじょ
ryoogaejo

ベトナム	betonamu	Vietnam	Việt Nam	Vietnam
よろしく おねがいします。	Yoroshiku onegaishimasu.	Please., Nice to meet you., I look forward to working with you.	Hân hạnh được làm quen./ Mong được anh/chị giúp đỡ cho.	Mohon bantuannya.
はじめて	hajimete	first	lần đầu tiên	Pertama
どこ	doko	where	ở đâu	Di mana
あそこ	asoko	there	ở kia/ đằng kia	Di sana

いっしょに おぼえよう！   Let's learn them together! / Hãy cùng ghi nhớ! / Mari bersama-sama menghafal!

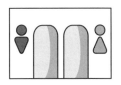
トイレ
toire

コンビニ
kombini

ぎんこう
ginkoo

レストラン
resutoran

えき
eki

あそこ
asoko
ここ
koko
そこ
soko

1 くうこうで

ことばの れんしゅう   Vocabulary Practice / Luyện tập từ vựng / Latihan kosakata

① Listen to the audio and choose the correct answer from A ~ D.
   Hãy lắng nghe dữ liệu âm thanh và chọn từ các hình A ~ D.
   Dengarkan suara lalu pilihlah antara A-D.

② Look at the illustrations and write the words.
   Hãy nhìn hình và viết từ vựng.
   Mari menulis kata-kata sambil melihat ilustrasi.

1.   🔊 K-04

れい)（ B ）　　コンビニ

1)（　）　_____

2)（　）　_____

3)（　）　_____

2.   🔊 K-05

1)（　）　_____

2)（　）　_____

3)（　）　_____

4)（　）　_____

3. Listen to the audio and choose the correct answer from A, B or C.
   Hãy lắng nghe dữ liệu âm thanh và chọn từ các câu A ~ C.
   Dengarkan suara lalu pilihlah antara A-C.   🔊 K-06

れい)（ A ）　　1)（　）

2)（　）　　3)（　）

4)（　）　　5)（　）

6)（　）　　7)（　）

やってみよう！ Let's try! / Hãy làm thử xem! / Mari coba!

1. ① Just like in the example, check and confirm the names of the people from 1) to 5).
   Hãy xác nhận tên của những người trong hình 1) ~5) như ví dụ.
   Seperti contoh, mari periksa nama pada orang dari 1) -5).

   ② Write the organizatin you are belong to in (a.) and your name in (b.)
   Hãy điền nơi bạn thuộc về vào (a.), tên bạn vào (b.) và tự giới thiệu như câu ví dụ.
   Masukkan nama organisasi Anda ke (a.) dan nama Anda ke (b.) lalu lakukan perkenalan diri seperti contoh.

K-07

れい）①

② a. ベトナムだいがく
Betonamu daigaku

b. ハイ
Hai

さとうさん
Satoo-san

A：①あのう。　さとうさん　ですか。
　　Anoo　　　Satoo-san　　　desu ka?

B：はい。
　　Hai.

A：②(a.　ベトナムだいがく　) の (b.　ハイ　) です。
　　　　Betonamu daigaku　　　　no　　　Hai　　desu.

よろしく　おねがいします。
Yoroshiku onegaishimasu.

1)
すずきさん
Suzuki-san

2)
やまださん
Yamada-san

3)
たかはしさん
Takahashi-san

4)
スミスさん
Sumisu-san

5)
キムさん
Kimu-san

2. ① Just like in the example, ask where 1) through 5) are.
Hãy hỏi xem các nơi trong hình 1) ~ 5) ở đâu như câu ví dụ.
Mari bertanya seperti contoh untuk menanyakan 1) -5) berada di mana.

② Just like in the example, answer question ① while looking at the illustration.
Hãy nhìn hình để trả lời câu hỏi ① như câu ví dụ.
Mari jawab pertanyaan nomor ① seperti contoh sambil melihat ilustrasi.

れい）① りょうがえじょ
　　　　　ryoogaejo

A：① ＿＿りょうがえじょ＿＿ は　どこですか。
　　　　　Ryoogaejo　　　　　wa　　doko desu ka?

B：② ＿＿あそこ＿＿ です。
　　　　Asoko　　　 desu.

①
1) えき
　 eki

2) トイレ
　 toire

3) ぎんこう
　 ginkoo

4) レストラン
　 resutoran

5) コンビニ
　 kombini

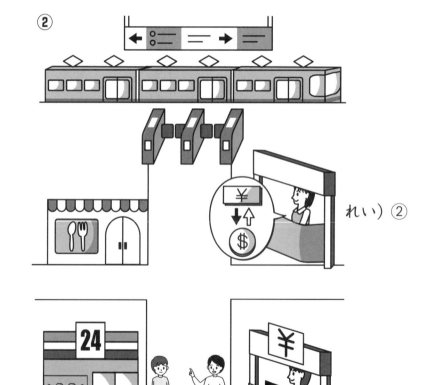

72　●　だい2しょう　かいわ

2 レストランで①

Resutoran de ①

At a Restaurant ① | Ở nhà hàng ① | Di Restoran ①

| Where is this? What is the waiter asking Hai-san? | Đây là đâu? Nhân viên phục vụ đang hỏi Hải điều gì? | Di mana ini? Apa yang sedang ditanyakan pelayan ini kepada Hai-san? |

| What will Sato-san ask the waiter for? | Sato yêu cầu nhân viên phục vụ điều gì? | Apa yang dipesan oleh Sato-san kepada pelayan? |

かいわ Conversation / Hội thoại / Percakapan 🔊 K-09

(Nhà hàng lớn quá nhỉ.：大きい店だなあ。 / This is such a big restaurant. / Toko yang besar, ya.)

ウエイター： あ、ベトナムじん①ですか。
Weitaa： A, betonamu-jin desu ka?

ハイ　　　： はい。え②？
Hai： Hai. E?

　　　　　　ベトナムご③、わかります④か⑤。
　　　　　　Betonamu-go, wakarimasu ka?

ウエイター： はい、すこし。
　　　　　　Hai, sukoshi.

　　　　　　こちらへ　どうぞ⑥。
　　　　　　Kochira e doozo.

・・・・・・・・・・

さとう　　： すみません⑦。メニュー、おねがいします⑧。
Satoo： Sumimasen. Menyuu, onegaishimasu.

ウエイター： はい⑨。メニューです。
　　　　　　Hai. Menyuu desu.

さとう　　： ハイさんは　なに⑩を⑪　たべますか。
　　　　　　Hai-san wa nani o tabemasu ka?

ハイ　　　： うーん⑫。
　　　　　　Uun.

Translations and explanations for grammar and expressions → p. 20 of the supplementary book
Phần dịch, giải thích ngữ pháp, cách diễn đạt →Sách phụ bản p.20
Terjemahan, penjelasan tata bahasa dan ungkapan → Buku volume lain hal. 20

ことば Vocabulary / Từ vựng / Kosakata

ウエイター
weitaa

メニュー
menyuu

たべます
tabemasu

～じん
~jin

わかりますか。	Wakarimasu ka?	Do you know it?	Bạn có hiểu/biết không?	Kamu tahu?
すこし	sukoshi	a little	Một chút	Sedikit.
こちらへ どうぞ。	Kochira e doozo.	This way, please.	Xin mời theo lối này.	Silakan ke sini.
おねがいします。	Onegaishimasu.	Please.	Làm ơn / Xin vui lòng.	Ya, terima kasih.
なに	nani	what	Cái gì?	Apa

いっしょに おぼえよう！ Let's learn them together! / Hãy cùng ghi nhớ! / Mari bersama-sama menghafal!

みず
mizu

タクシー
takushii

しゃしん
shashin

2 レストランで① 75

のみます
nomimasu

よみます
yomimasu

みます
mimasu

かいます
kaimasu

コーヒー
koohii

ジュース
juusu

パン
pan

ざっし
zasshi

しんぶん
shimbun

ほん
hon

アニメ
anime

ニュース
nyuusu

ドラマ
dorama

ことばの　れんしゅう　Vocabulary Practice / Luyện tập từ vựng / Latihan kosakata

1. Listen to the audio and choose the correct answer from A ~ D.
   Hãy lắng nghe dữ liệu âm thanh và chọn từ các hình A ~ D.
   Dengarkan suara lalu pilihlah antara A-D.

2. Look at the illustrations and write the words.
   Hãy nhìn hình và viết từ vựng
   Mari menulis kata-kata sambil melihat ilustrasi.

1.

🔊 K-12

れい）（　B　）　＿＿＿ほん＿＿＿

1）（　　　）　＿＿＿＿＿＿＿

2）（　　　）　＿＿＿＿＿＿＿

3）（　　　）　＿＿＿＿＿＿＿

A　　　　　　　B

C　　　　　　　D

2.

🔊 K-13

1）（　　　）　＿＿＿＿＿＿＿

2）（　　　）　＿＿＿＿＿＿＿

3）（　　　）　＿＿＿＿＿＿＿

4）（　　　）　＿＿＿＿＿＿＿

A　　　　　　　B

C　　　　　　　D

3.

🔊 K-14

1）（　　　）　＿＿＿＿＿＿＿

2）（　　　）　＿＿＿＿＿＿＿

3）（　　　）　＿＿＿＿＿＿＿

4）（　　　）　＿＿＿＿＿＿＿

A　　　　　　　B

C　　　　　　　D

2　レストランで①　77

やってみよう！ Let's try! / Hãy làm thử xem! / Mari coba!

1. ① Just like in the example, ask B-san if he/she knows 1) through 6).
Hãy hỏi xem B có hiểu/ biết về 1) ~ 6) hay không như ví dụ.
Mari bertanya seperti contoh apakah B-san tahu tentang 1) -6).

② Just like in the example, answer whether you know the following or not.
Hãy trả lời là bạn có hiểu/ biết hay không như ví dụ.
Apakah Anda tahu? Mari jawab seperti contoh.

れい）

A：①＿＿にほんご＿＿、わかりますか。
　　　Nihon-go,　　　　wakarimasu ka?

B：②（はい、すこし。／いいえ、わかりません。／はい、わかります。）
　　　Hai, sukoshi.　　　　Iie, wakarimasen.　　　　Hai, wakarimasu.

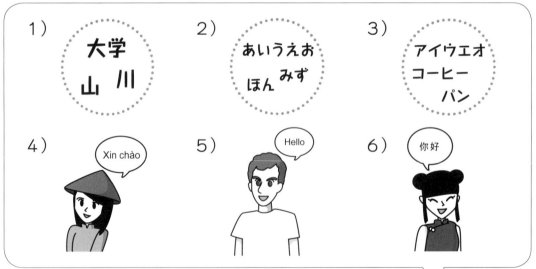

2. Just like in the example, ask B-san to do 1) through 3).
Hãy yêu cầu B làm các câu 1) ~ 3) như ví dụ.
Mari meminta 1) -3) kepada B-san seperti contoh.

れい）

> A： ＿＿メニュー＿＿、おねがいします。
>   　　　Menyuu,　　　　　onegaishimasu.
>
> B： はい。
>   　　Hai.

1)

2)

3)

しゃしん
shashin

2 レストランで① 79

3. ① Just like in the example, ask what 1) through 4) are.
Hãy hỏi về các hình 1) ~ 4) như câu ví dụ.
Mari bertanya tentang 1)-4) seperti contoh.

② Just like in the example, choose your own answer for 1) through 4).
Hãy chọn câu trả lời của mình từ hình 1) ~ 4) và nói ra.
Pilihlah jawaban sendiri dari ilustrasi 1) -4) lalu katakanlah.

🔊 K-17

れい）

カレー　　　　　　　　　すし
karee　　　　　　　　　sushi

📷 P-01

ラーメン
raamen

A：①なにを　　たべます　か。
　　Nani o　　　tabemasu　ka?

B：②　うーん。
　　　Uun.

A：①なにを　　たべます　か。
　　Nani o　　　tabemasu　ka?

B：②（　ラーメン　）を　　たべます　。
　　　　Raamen　　o　　　tabemasu.

1)

2)

3)

4)

3
レストランで②

Resutoran de ②

At a Restaurant ② | Ở nhà hàng ② | Di Restoran ②

| What kinds of things are the two people talking about while looking at the menu? | Hai người vừa xem thực đơn vừa nói chuyện về việc gì? | Apa yang sedang dibicarakan oleh kedua orang itu sambil melihat menu? |

かいわ Conversation / Hội thoại / Percakapan

ハイ ： **これ**①は　カレーですか。
Hai： Kore wa karee desu ka?

さとう： **はい、そうです**②。
Satoo： Hai, soo desu.

ハイ ： **これは　なんですか**③。
Kore wa nan desu ka?

さとう：すしです。
Sushi desu.

ハイ ： **おいしい**④**ですか**⑤。
Oishii desu ka?

さとう：**ええ**⑥。
Ee.

Translations and explanations for grammar and expressions → p. 22 of the supplementary book
Phần dịch, giải thích ngữ pháp, cách diễn đạt→Sách phụ bản p.22
Terjemahan, penjelasan tata bahasa dan ungkapan → Buku volume lain hal. 22

ことば Vocabulary / Từ vựng / Kosakata 🔊 K-19

おいしい
oishii

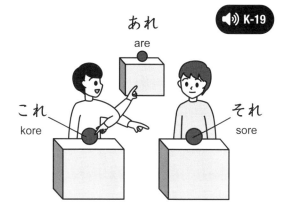

| これは　なんですか。 | Kore wa nan desu ka? | What is this? | Đây là cái gì? | Apa ini? |
| そうです | sodesu | That's right. | Đúng vậy. | benar |

いっしょに　おぼえよう！ Let's learn them together! / Hãy cùng ghi nhớ! / Mari bersama-sama menghafal! 🔊 K-20

からい　　　あまい　　　あつい　　　つめたい
karai　　　amai　　　atsui　　　tsumetai

| ちがいます | chigaimasu | No, it's not. | Sai, khác. | Tidak, itu salah. |

ことばの　れんしゅう Vocabulary Practice / Luyện tập từ vựng / Latihan kosakata

① Listen to the audio and choose the correct answer from A ~ D.
Hãy lắng nghe dữ liệu âm thanh và chọn từ các hình A ~ D.
Dengarkan suara lalu pilihlah antara A-D.

② Look at the illustrations and write the words.
Hãy nhìn hình và viết từ vựng.
Mari menulis kata-kata sambil melihat ilustrasi.

🔊 K-21

れい）（ B ）　　あまい

1 ）（　　）　＿＿＿＿＿＿

2 ）（　　）　＿＿＿＿＿＿

3 ）（　　）　＿＿＿＿＿＿

3　レストランで②　83

やってみよう！ Let's try! / Hãy làm thử xem! / Mari coba!

1. Answer question A.
Hãy trả lời câu hỏi A.
Mari jawab pertanyaan nomor A.

🔊 K-22

れい）

A： これは　すしですか。
　　　Kore wa　　sushi　desu ka

B： はい、そうです。
　　　Hai,　　soo desu.

A： これは　カレーですか。
　　　Kore wa　　karee　desu ka?

B： いいえ、ちがいます。
　　　Iie,　　chigaimasu.

📷 P-03

2.

① Just like in the example, ask what 1) through 5) are while pointing to them.
Hãy chỉ vào các hình 1) ~ 5) trong thực đơn và hỏi như câu ví dụ.
Tunjuk 1) -5) pada menu lalu bertanyalah seperti contoh.

② Answer question ①.
Hãy trả lời câu hỏi ở phần ①.
Mari jawab pertanyaan nomor ①.

れい）

A：①これは　なんですか。
　　　Kore wa　　nan desu ka?

B：②＿＿カレー＿＿です。
　　　　Karee　　　desu.

3　レストランで②　　85

3. Just like in the example, ask what 1) through 4) are.
Hãy hỏi về các món trong hình 1) ~ 4) như câu ví dụ.
Mari bertanya tentang 1) -4) seperti contoh.

れい）

A：これ、＿＿おいしい＿＿ですか。
　　Kore,　　oishii　　desu ka?

B：ええ。
　　Ee.

1)

2)

3)

4)

4
レストランで③

Resutoran de ③

| At a Restaurant ③ | Ở nhà hàng ③ | Di Restoran ③ |

| Where are the two people going to go after this? What kinds of things are Hai-san asking? | Hai người sau đó sẽ đi đâu? Hải đang hỏi về chuyện gì? | Ke mana kedua orang itu akan pergi setelah ini? Hal apa yang sedang ditanyakan oleh Hai-san? |

4 レストランで③ 87

かいわ Conversation / Hội thoại / Percakapan   🔊 K-25

さとう： ハイさん、こうえん**へ**① い**きませんか**②。
Satoo: Hai-san, kooen e ikimasen ka?

ハイ ： **いいですね**③。**なんで**④ いきますか。
Hai: Ii desu ne. Nan de ikimasu ka?

さとう： バスで いきます。
Basu de ikimasu.

ハイ ： とおいですか。
Tooi desu ka?

さとう： **いいえ**、**とおくないです**⑤⑥。
Iie, tookunai desu.

Translations and explanations for grammar and expressions → p. 22 of the supplementary book
Phần dịch, giải thích ngữ pháp, cách diễn đạt → Sách phụ bản p.22
Terjemahan, penjelasan tata bahasa dan ungkapan → Buku volume lain hal. 22

88 ● だい2しょう　かいわ

ことば   Vocabulary / Từ vựng / Kosakata   K-26

バス
basu

こうえん
kooen

いきます
ikimasu

とおい
tooi

| いいですね。 | Ii desu ne. | That's great. | Được đấy nhỉ. | Bagus, ya. |

いっしょに おぼえよう！   Let's learn them together! / Hãy cùng ghi nhớ! / Mari bersama-sama menghafal!   K-27

うみ
umi

やま
yama

でんしゃ
densha

くるま
kuruma

ひこうき
hikooki

バイク
baiku

ちかてつ
chikatetsu

ふね
fune

たかい
takai

むずかしい
muzukashii

4 レストランで③   89

ことばの れんしゅう Vocabulary Practice / Luyện tập từ vựng / Latihan kosakata

① Listen to the audio and choose from A, B, C, D, E or F (A, B, C, D, E, F or G for question 2).
   Hãy lắng nghe dữ liệu âm thanh và chọn từ các hình A ~ F (câu 2. thì từ A~G).
   Mari dengarkan suara lalu pilih jawaban antara A-F (A-G untuk nomor 2).

② Look at the illustrations and write the words.
   Hãy nhìn hình và viết từ vựng.
   Mari menulis kata-kata sambil melihat ilustrasi.

1. 🔊 K-28

れい) (B) ＿＿たかい＿＿

1) ( ) ＿＿＿＿＿＿＿

2) ( ) ＿＿＿＿＿＿＿

3) ( ) ＿＿＿＿＿＿＿

4) ( ) ＿＿＿＿＿＿＿

5) ( ) ＿＿＿＿＿＿＿

A
B
C
D
E
F

2. 🔊 K-29

1) ( ) ＿＿＿＿＿＿＿

2) ( ) ＿＿＿＿＿＿＿

3) ( ) ＿＿＿＿＿＿＿

4) ( ) ＿＿＿＿＿＿＿

5) ( ) ＿＿＿＿＿＿＿

6) ( ) ＿＿＿＿＿＿＿

7) ( ) ＿＿＿＿＿＿＿

A
B
C
D
E
F
G

やってみよう！ Let's try! / Hãy làm thử xem! / Mari coba!

1. Just like in the example, invite someone to 1) through 3).
Hãy rủ đi B đi đến các nơi 1) ~3) như câu ví dụ.
Mari ajak pergi ke 1) -3) seperti contoh.

れい）

A：こうえん　へ　いきませんか。
　　Kooen　　e　　ikimasen ka?

B：いいですね。
　　Ii desu ne.

1） 　　2） 　　3） (　　　　　　)

the name of the place you would like to go
địa danh nơi bạn muốn đi
nama tempat yang Anda ingin pergi

2. ① Ask what mode of transporation the other person will use.
Hãy hỏi đi bằng phương tiện giao thông gì.
Mari tanyakan akan pergi dengan moda transportasi apa.

② Just like in the example, answer question ① with how they will be going choosing from 1) through 7).
Hãy trả lời đi bằng các phương tiện 1) ~ 7) cho câu hỏi ở phần ① như câu ví dụ.
Mari jawab pertanyaan nomor ① seperti contoh bila akan pergi dengan 1) -7).

れい）

A：①なんで　いきますか。
　　Nan de　　ikimasu ka?

B：②バス　で　いきます。
　　Basu　de　ikimasu.

1） 　2） 　3） 　4）

5） 　6） 　7）

4　レストランで③　91

3. ① Just like in the example, ask B-san about 1) through 3).
Hãy hỏi B về các câu từ 1)-3) như ví dụ.
Mari bertanya kepada B-san tentang 1) -3) seperti contoh.

② Just like in the example, answer question ① in the negative.
Hãy trả lời câu hỏi ở phần ① bằng cách phủ định như câu ví dụ.
Mari jawab dengan jawaban negasi seperti contoh untuk pertanyaan nomor ①.

A：① ＿＿とおい＿＿ですか。
　　　　Tooi　　　desu ka?

B：②いいえ、＿＿とおくないです＿＿。
　　　Iie,　　　　tookunai desu.

5
バスで

Basu de

| On the Bus | Trên xe buýt | Di Bus |

| How do you think Hai-san studied Japanese? | Bạn nghĩ Hải đã học tiếng Nhật như thế nào? | Menurut Anda, bagaimana Hai-san belajar bahasa Jepang? |

かいわ
Conversation / Hội thoại / Percakapan 🔊 K-33

さとう： **ハイさん、にほんごが じょうずですね。**
Satoo： Hai-san, nihon-go ga joozu desu ne.

ハイ ： **ありがとうございます。**
Hai： Arigatoo gozaimasu.

さとう： **どうやって べんきょうしましたか。**
Dooyatte benkyooshimashita ka?

ハイ ： **これで べんきょうしました。**
Kore de benkyoo shimashita.

Translations and explanations for grammar and expressions → p. 24 of the supplementary book
Phần dịch, giải thích ngữ pháp, cách diễn đạt→Sách phụ bản p.24
Terjemahan, penjelasan tata bahasa dan ungkapan → Buku volume lain hal. 24

ことば　Vocabulary / Từ vựng / Kosakata K-34

じょうず　　　　　べんきょうします
joozu　　　　　　benkyooshimasu

| どうやって | dooyattte | how | như thế nào / bằng cách nào | Bagaimana |

いっしょに　おぼえよう！
Let's learn them together! / Hãy cùng ghi nhớ! / Mari bersama-sama menghafal! K-35

うた　　　　　　え　　　　　　りょうり　　　　　サッカー
uta　　　　　　e　　　　　　ryoori　　　　　　sakkaa

ピアノ　　　　　インターネット　　　アプリ
piano　　　　　intaanetto　　　　　apuri

（うたを）うたいます　　（りょうりを・サッカーを）します
(uta o) utaimasu　　　　(ryoori o, sakkaa o) shimasu

| きのう | kinoo | yesterday | hôm qua | Kemarin |

ことばの れんしゅう　Vocabulary Practice / Luyện tập từ vựng / Latihan kosakata

① Listen to the audio and choose from A, B, C or D (A, B or C for question 3).
　Hãy lắng nghe dữ liệu âm thanh và chọn từ các hình A ~ D (câu 3. thì từ A~C).
　Mari dengarkan suara lalu pilih jawaban antara A-D (A-C untuk nomor 3).

② Look at the illustrations and write the words.
　Hãy nhìn hình và viết từ vựng
　Mari menulis kata-kata sambil melihat ilustrasi.

1.

　れい)（ A ）　＿＿りょうり＿＿

　1)（　　）　＿＿＿＿＿＿＿＿＿

　2)（　　）　＿＿＿＿＿＿＿＿＿

　3)（　　）　＿＿＿＿＿＿＿＿＿

2.

　1)（　　）　＿＿＿＿＿＿＿＿＿

　2)（　　）　＿＿＿＿＿＿＿＿＿

　3)（　　）　＿＿＿＿＿＿＿＿＿

　4)（　　）　＿＿＿＿＿＿＿＿＿

3.

　1)（　　）　＿＿＿＿＿＿＿を＿＿＿＿＿＿＿

　2)（　　）　＿＿＿＿＿＿＿を＿＿＿＿＿＿＿

　3)（　　）　＿＿＿＿を＿＿＿＿＿＿＿＿

だい2しょう　かいわ

やってみよう！ Let's try! / Hãy làm thử xem! / Mari coba!

1. Just like in the example, praise B-san about 1) through 6).
Hãy khen B về những việc trong hình 1) ~ 6) như câu ví dụ.
Mari berikan pujian kepada B-san tentang 1) -6) seperti contoh.

れい）

A：　<u>にほんご</u>　が　じょうずですね。
　　　Nihon-go　　ga　　joozu desu ne.

B：ありがとうございます。
　　Arigatoo gozaimasu.

A　　B

5　バスで　　97

2. ① Just like in the example, ask whether the other person did 1) through 4) yesterday.
Hãy hỏi B hôm qua có làm các việc trong hình 1) ～ 4) hay không như ví dụ.
Mari bertanya seperti contoh apakah kemarin hal 1) -4) telah dilakukan.

② Did you do it? Just like in the example, answer question ①.
Bạn đã làm hay không? Hãy trả lời câu hỏi phần ① như ví dụ.
Apakah Anda sudah melakukannya? Mari jawab pertanyaan nomor ① seperti contoh.

れい）

A：①きのう、 レストランへ いきましたか。
　　　　Kinoo,　　　resutoran e　　ikimashita ka?

B：②（はい、いきました。／いいえ、いきませんでした。）
　　　　Hai,　ikimashita.　　　Iie,　　ikimasendeshita.

1) 　2) 　3) 　4)

　　　　　　　　　　　　　　　ニュース

3. ① Ask how the other person studied.
Hãy hỏi B đã học bằng cách nào?
Mari tanyakan bagaimana ia belajar.

② Just like in the example, answer saying that you study with 1) through 4).
Hãy trả lời đã học bằng các hình 1) ~ 4) như câu ví dụ.
Mari jawab seperti contoh bahwa belajar dilakukan dengan 1) -4).

れい）これ
　　　kore

A：①どうやって べんきょうしましたか。
　　　Dooyatte　　benkyooshimashita ka?

B：② これ で べんきょうしました。
　　　　Kore　de　　benkyooshimashita.

1) 　2) 　3) 　4)

　アニメ　　　　ドラマ

98 ●だい２しょう　かいわ

6
こうえんで

Kooen de

| At the Park | Ở công viên | Di Taman |

| What do you think the two people are talking about the park? | Bạn nghĩ hai người đang nói gì về công viên? | Menurut Anda, apa yang dibicarakan oleh kedua orang itu tentang taman ini? |

| What do you think Sato-san is saying? | Bạn nghĩ Sato đang nói gì? | Menurut Anda, apa yang dikatakan oleh Sato-san? |

かいわ

Conversation / Hội thoại / Percakapan 🔊 K-42

さとう： きれい**な** こうえんですね。
Satoo： Kireena kooen desu ne.

ハイ ： **ええ**。
Hai： Ee.

・・・・・・・・・・

ハイ ： つかれましたね。
　　　　Tsukaremashita ne.

さとう： ええ。**あ**、カフェ**が** あります。
　　　　Ee. A, kafe ga arimasu.

　　　　あそこ**で** やすみませんか。
　　　　Asoko de yasumimasen ka?

ハイ ： **そうですね**。
　　　　Soo desu ne.

Translations and explanations for grammar and expressions → p. 26 of the supplementary book
Phần dịch, giải thích ngữ pháp, cách diễn đạt→Sách phụ bản p.26
Terjemahan, penjelasan tata bahasa dan ungkapan → Buku volume lain hal. 26

ことば Vocabulary / Từ vựng / Kosakata   K-43

 きれい — kiree
 つかれました — tsukaremashita
 カフェ — kafe
 やすみます — yasumimasu

| あります | arimasu | to be, there is | có | Ada |

いっしょに おぼえよう！ Let's learn them together! / Hãy cùng ghi nhớ! / Mari bersama-sama menghafal!   K-44

いA ⇨ p. 26 in the supplementary book / Sách phụ bản p.26 / Buku volume lain hal.26

ちいさい — chiisai　　おおきい — ookii　　あたらしい — atarashii　　ふるい — furui　　いい — ii

なA ⇨ p. 26 in the supplementary book / Sách phụ bản p.26 / Buku volume lain hal.26

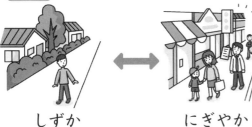

しずか — shizuka　　にぎやか — nigiyaka　　きれい — kiree

 みせ — mise
 ベンチ — benchi
 かばん — kaban

6 こうえんで　101

ことばの れんしゅう Vocabulary Practice / Luyện tập từ vựng / Latihan kosakata

① Listen to the audio and choose from A, B, C, D, E, F, G or H.
　Hãy lắng nghe dữ liệu âm thanh và chọn từ các hình A ~ H.
　Mari dengarkan suara lalu pilih jawaban antara A-H.

② Look at the illustration and write the words.
　Hãy nhìn hình và viết từ vựng
　Mari menulis kata-kata sambil melihat ilustrasi.

🔊 K-45

れい）（　B　）　　おおきい

1 ）（　　　）　_____

2 ）（　　　）　_____

3 ）（　　　）　_____

4 ）（　　　）　_____

5 ）（　　　）　_____

6 ）（　　　）　_____

7 ）（　　　）　_____

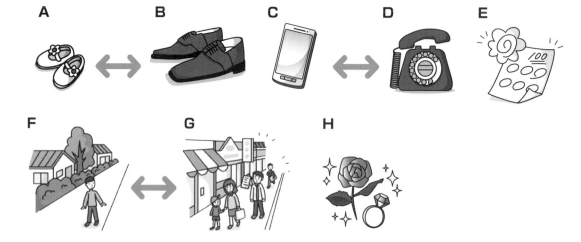

やってみよう！ Let's try! / Hãy làm thử xem! / Mari coba!

1. Classify the following adjectives as either i-adjectives or na-adjectives.
Hãy phân loại các tính từ sau đây thành 2 nhóm tính từ I và tính từ NA.
Mari pisahkan kata sifat berikut ini ke dalam kelompok kata sifat -i dan kata sifat -na.

いい　しずか　おおきい　ちいさい　きれい　あたらしい
ふるい　おいしい　からい　あまい　つめたい　あつい
にぎやか　じょうず　とおい　たかい　むずかしい

いA	なA

2. Circle words that require na, and write X on those that do not.
Hãy khoanh tròn tính từ có "NA" và đánh dấu chéo X từ không có.
Lingkari (○) kata sifat "-na" dan berikan tanda silang (×) pada kata yang bukan kata sifat "-na".

れい）ふるい（ ✗ ）
　　　きれい（ な ）

1）にぎやか（ な ）
2）おおきい（ な ）
3）いい（ な ）
4）ちいさい（ な ）

こうえん

3. Just like in the example, describe what kind of park 1) though 6) are.
Hãy nói các hình 1) ~ 6) là công viên như thế nào như câu ví dụ.
Mari katakan taman seperti apakah 1) -6) itu seperti contoh.

れい）

A： <u>きれいな</u>　こうえんですね。
　　　Kireena　　　　kooen desu ne.

B： ええ。
　　Ee.

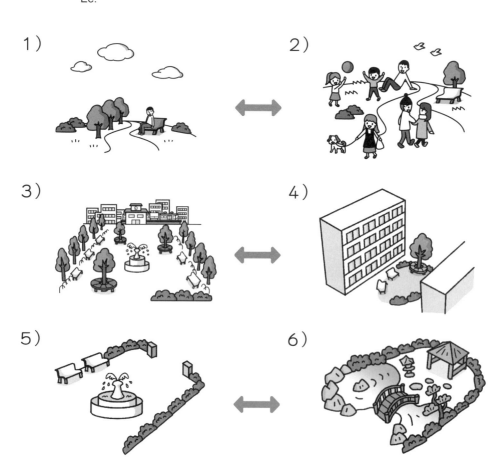

4. Just like in the example, say that you have found 1) though 4) and suggest taking a break there.
Hãy nói mình đã tìm được các địa điểm 1) ~ 4) và rủ B nghỉ ngơi ở đó như câu ví dụ.
Sampaikan bahwa 1) -4) telah ditemukan dan ajaklah beristirahat di sana seperti contoh.

れい）

A：あ、＿カフェ＿が あります。あそこで やすみませんか。
　　　A,　　kafe　　ga　arimasu.　Asoko de　yasumimasen ka?

B：そうですね。
　　Soo desu ne.

1) 　　　　　　2) 　3) 　4) （　　　　　）

name of a store you know
tên cửa hàng bạn biết
nama toko yang Anda ketahui

6 こうえんで ● 105

① Listen to the audio file and memorize what it says. / Hãy lắng nghe dữ liệu âm thanh và ghi nhớ. / Mari dengarkan suara lalu hafalkan.
② Speak along with the audio file. / Hãy cùng nói theo dữ liệu âm thanh. / Mari ucapkan bersama dengan suara.

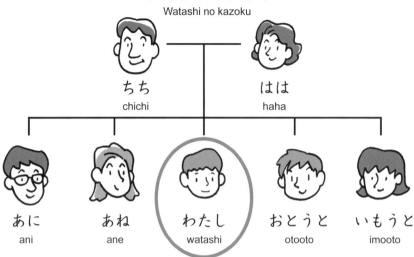

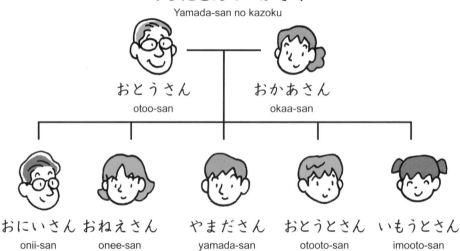

れんしゅう Practice / Luyện tập / Latihan

Introduce your family while showing a picture of them.
Hãy cho xem hình và giới thiệu về gia đình.
Perlihatkan foto dan perkenalkanlah keluarga Anda.

れい) これは（ ちち ）です。
　　　　Kore wa　 chichi　　desu.

　　　これは（ おとうと ）です。
　　　　Kore wa　 otooto　　desu.

106 ● だい2しょう　かいわ

7
さとうさんの うちで ①

Satoo-san no uchi de ①

At Sato-san's House ① | Ở nhà của Sato ① | Di Rumah Sato-san ①

| What is Sato-san doing? | Sato đang làm gì? | Apa yang sedang dilakukan oleh Sato-san? |

| What do you think Sato-san is saying? | Bạn nghĩ là Sato đang nói gì? | Menurut Anda, apa yang sedang dikatakan oleh Sato-san? |

かいわ Conversation / Hội thoại / Percakapan 🔊 K-50

ハイ　：　**こんにちは**。①
Hai： Kon'nichiwa.

さとう：ハイさん、おとうとです。
Satoo： Hai-san, otooto desu.

ハイ　：　**はじめまして**②、ハイです。
Hajimemashite, Hai desu.

　　　　おとうとさん**も**③　だいがくせいですか。
Otooto-san mo daigakusee desu ka?

さとう：いいえ、だいがくせい**じゃ　ありません**④。こうこうせいです。
Iie, daigakusee ja arimasen. Kookoosee desu.

・・・・・・・・・・

さとう：ハイさん、おちゃ、**どうぞ**⑤。
Hai-san, ocha, doozo.

ハイ　：　**ありがとうございます**⑥。**いただきます**⑦。
Arigatoo gozaimasu. Itadakimasu.

Translations and explanations for grammar and expressions → p. 26 of the supplementary book
Phần dịch, giải thích ngữ pháp, cách diễn đạt→Sách phụ bản p.26
Terjemahan, penjelasan tata bahasa dan ungkapan → Buku volume lain hal. 26

ことば Vocabulary / Từ vựng / Kosakata

うち
uchi

だいがくせい
daigakusee
university students
sinh viên đại học
Mahasiswa

こうこうせい
kookoosee
high school students
học sinh cấp 3 (PTTH)
Pelajar SMA

おちゃ
ocha

こんにちは。	Kon'nichiwa.	Hello.	Xin chào.	Selamat siang.
はじめまして。	Hajimemashite.	Nice to meet you.	Lần đầu tiên được gặp mặt. / Hân hạnh được làm quen.	Perkenalkan.
おちゃ、どうぞ。	Ocha, doozo.	Here, have some tea.	Xin mời dùng trà.	Silakan diminum tehnya.
ありがとう ございます。	Arigatoo gozaimasu.	Thank you.	Cám ơn.	Terima kasih.
いただきます。	Itadakimasu.	Thank you (for giving me this).	Xin phép được dùng. / Tôi xin phép (ăn, uống)	Saya terima, ya.

いっしょに おぼえよう！

Let's learn them together! / Hãy cùng ghi nhớ! / Mari bersama-sama menghafal!

こいびと
koibito

ともだち
tomodachi

こうちゃ
koocha

おかし
okashi

ケーキ
keeki

7 さとうさんの うちで① 109

ことばの れんしゅう Vocabulary Practice / Luyện tập từ vựng / Latihan kosakata

① Listen to the audio and choose from A, B, C or D.
Hãy lắng nghe dữ liệu âm thanh và chọn từ các hình A ~ D.
Mari dengarkan suara lalu pilih jawaban antara A-D.

② Look at the illustration and write the words.
Hãy nhìn hình và viết từ vựng
Mari menulis kata-kata sambil melihat ilustrasi.

1.

れい)（ A ） ___おかし___

1)（　　） _____

2)（　　） _____

3)（　　） _____

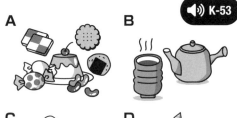

2.

1)（　　） _____

2)（　　） _____

3)（　　） _____

4)（　　） _____

3.

1)（　　） _____

2)（　　） _____

3)（　　） _____

4)（　　） _____

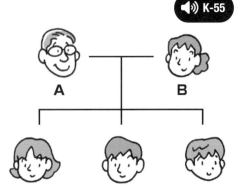

やまださん

やってみよう！ Let's try! / Hãy làm thử xem! / Mari coba!

1. Just like in the example, introduce your family members 1) through 5) to Sato-san.
Hãy giới thiệu với Sato về những người 1) ~ 5) trong gia đình bạn như câu ví dụ.
Mari perkenalkan keluarga Anda 1) -5) kepada Sato-san seperti contoh.

 K-56

れい）

A：さとうさん、　おとうと　です。
　　Satoo-san,　　　otooto　　desu.

B：はじめまして、さとうです。
　　Hajimemashite,　　Satoo desu.

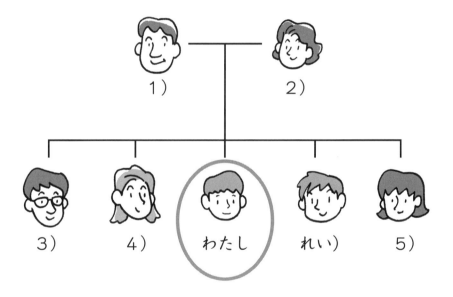

7　さとうさんの うちで① ● 111

2. ① Just like in the example, ask B-san if the person in the photo is their girlfriend or boyfriend.
Hãy hỏi B người trong hình có phải là người yêu không, như câu ví dụ.
Mari bertanya kepada B-san apakah orang yang ada di foto adalah kekasihnya seperti contoh.

② Answer question ① about the people in pictures 1) through 3).
Hãy trả lời câu hỏi ở phần ① về người trong hình 1) ~ 3).
Mari jawab pertanyaan nomor ① tentang orang yang ada di foto 1) -3).

いもうと

おとうと

A：①こいびとですか。
　　　Koibito desu ka?

B：②いいえ、こいびとじゃ　ありません。__いもうと／おとうと__　です。
　　　Iie,　　　koibito ja　　arimasen.　　　　imooto / otooto　　　　desu.

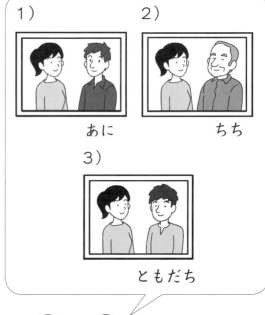

3. Just like in the example, suggest 1) through 4) to Sato-san.
Hãy mời Sato các món trong hình 1) ~ 4) như câu ví dụ.
Mari berikan saran 1) -4) kepada Sato-san seperti contoh.

れい）

A：さとうさん、　おちゃ　、どうぞ。
　　Satoo-san,　　　ocha,　　　　doozo.

B：ありがとうございます。いただきます。
　　Arigatoo gozaimasu.　　　　Itadakimasu.

1)

2)

3)

4) (　　　　　　)
food and drinks that you like
món ăn, thức uống mà bạn thích
minuman dan makanan yang Anda sukai

7　さとうさんの うちで① ● 113

① Listen to the audio file and memorize what it says. / Hãy lắng nghe dữ liệu âm thanh và ghi nhớ. / Mari dengarkan suara lalu hafalkan.
② Speak along with the audio file. / Hãy cùng nói theo dữ liệu âm thanh. / Mari ucapkan bersama dengan suara.

 K-59

かず　Kazu　amount / Số đếm / Jumlah

0	れい／ゼロ	ree / zero			
1	いち	ichi	11	じゅういち	juu ichi
2	に	ni	12	じゅうに	juu ni
3	さん	san	13	じゅうさん	juu san
4	よん／し	yon / shi	14	じゅうよん／じゅうし	juu yon / juu shi
5	ご	go	15	じゅうご	juu go
6	ろく	roku	16	じゅうろく	juu roku
7	なな／しち	nana / shichi	17	じゅうなな／じゅうしち	juu nana / juu shichi
8	はち	hachi	18	じゅうはち	juu hachi
9	きゅう／く	kyuu / ku	19	じゅうきゅう／じゅうく	juu kyuu / juu ku
10	じゅう	juu	20	にじゅう	ni juu

じかん　Jikan　time / Thời gian / Waktu

1:00	いちじ	ichi-ji	7:00	しちじ	shichi-ji
2:00	にじ	ni-ji	8:00	はちじ	hachi-ji
3:00	さんじ	san-ji	9:00	くじ	ku-ji
4:00	よじ	yo-ji	10:00	じゅうじ	juu-ji
5:00	ごじ	go-ji	11:00	じゅういちじ	juu ichi-ji
6:00	ろくじ	roku-ji	12:00	じゅうにじ	juu ni-ji
			?	なんじ	nan-ji

ごぜん・ごご　Gozen, gogo　a.m.・p.m.. / Buổi sáng - Buổi chiều / Pagi sebelum pukul 12.00/ Siang selepas pukul 12.00

In Japan, it is more common to use 9:00 p.m. instead of 21:00 when speaking. If there is no worry of being misunderstood, it is okay to drop a.m. or p.m.
Thông thường, ở Nhật không sử dụng cách nói 21:00 mà thường sử dụng cách nói " ごご 9:00 (9 giờ tối). Tuy nhiên, trong trường hợp không sợ gây hiểu lầm thì có thể lược bỏ " ごぜん・ごご ".
Di Jepang lebih umum mengucapkan pukul 9.00 malam dibandingkan pukul 21.00. Bila tidak ada kemungkinan salah sangka, "pagi, siang" dapat ditiadakan.

114　● だい2しょう　かいわ

れんしゅう Practice / Luyện tập / Latihan

1. ① Read the following numbers. / Hãy đọc các chữ số sau đây. / Mari baca angka di bawah ini.
② Listen to the audio files and check your answers. / Hãy lắng nghe dữ liệu âm thanh và kiểm tra lại. / Mari dengarkan suara dan periksalah.

れい） 4

1） 5   2） 3   3） 2   4） 8

5） 10   6） 7   7） 1   8） 6

2. Listen to the audio files and write down the numbers.
Hãy lắng nghe và viết các chữ số.
Mari menulis angka setelah mendengarkan suara.

れい）___7___

1）_____   2）_____   3）_____   4）_____

5）_____   6）_____   7）_____

3. ① Read the following numbers. / Hãy đọc các chữ số sau đây. / Mari baca angka di bawah ini.
② Listen to the audio files and check your answers. / Hãy lắng nghe dữ liệu âm thanh và kiểm tra lại. / Mari dengarkan suara dan periksalah.

れい） 3：00

1） 1：00   2） 4：00   3） 12：00   4） 7：00

5） 9：00   6） 10：00   7） 8：00

4. Listen to the audio files and write down the numbers.
Hãy lắng nghe và viết các chữ số.
Mari menulis angka setelah mendengarkan suara.

れい）＿＿＿6＿＿＿：00

1）＿＿＿＿＿＿：00　　　　2）＿＿＿＿＿＿：00

3）＿＿＿＿＿＿：00　　　　4）＿＿＿＿＿＿：00

5）＿＿＿＿＿＿：00　　　　6）＿＿＿＿＿＿：00

7）＿＿＿＿＿＿：00　　　　8）＿＿＿＿＿＿：00

5. ① Say the times adding " ごぜん " or " ごご ". / Sử dụng cách nói " ごぜん・ごご ". /
Mari gunakan "gozen, gogo" lalu ucapkanlah.
② Write and check. / Hãy viết và kiểm tra. / Mari tulis dan periksalah.

れい）13：00　　＿＿＿ごご　いちじ＿＿＿

1）18：00　　＿＿＿＿＿＿＿＿＿＿＿＿

2）　9：00　　＿＿＿＿＿＿＿＿＿＿＿＿

3）11：00　　＿＿＿＿＿＿＿＿＿＿＿＿

4）　7：00　　＿＿＿＿＿＿＿＿＿＿＿＿

5）23：00　　＿＿＿＿＿＿＿＿＿＿＿＿

6）21：00　　＿＿＿＿＿＿＿＿＿＿＿＿

7）15：00　　＿＿＿＿＿＿＿＿＿＿＿＿

116　●だい２しょう　かいわ

8
さとうさんの うちで ②

Satoo-san no uchi de ②

At Sato-san's House ② | Ở nhà của Sato ② | Di Rumah Sato-san ②

What do you think Hai-san will do on Sunday? | Bạn nghĩ chủ nhật Hải sẽ làm gì? | Menurut Anda, apa yang akan dilakukan Hai-san pada hari Minggu?

What do you think Sato-san asked Hai-san when he got home? | Khi Hải ra về, Sato đã hỏi gì? | Apa yang sedang ditanyakan oleh Sato-san pada waktu Hai-san pulang?

かいわ

Conversation / Hội thoại / Percakapan

さとう： ハイさん、にちようび、**なにを しますか**。
Satoo： Hai-san, nichiyoobi, nani o shimasu ka?

ハイ ： アニメを みます。
Hai： Anime o mimasu.

さとう： にほんの アニメが すきですか。
Nihon no anime ga sukidesu ka?

ハイ ： はい。
Hai.

さとう： わたしも すきです。
Watashi mo suki desu.

・・・・・・・・・・

ハイ ： **きょうは ありがとうございました**。
Kyoo wa arigatoo gozaimashita.

さとう： ひこうきは なんじですか。
Hikooki wa nan-ji desu ka?

ハイ ： ごぜん１１じです。
Gozen juuichi-ji desu.

さとう： じゃ、**また あした**。
Ja, mata ashita.

Translations and explanations for grammar and expressions → p. 28 of the supplementary book
Phần dịch, giải thích ngữ pháp, cách diễn đạt→Sách phụ bản p.28
Terjemahan, penjelasan tata bahasa dan ungkapan → Buku volume lain hal. 28

ことば Vocabulary / Từ vựng / Kosakata

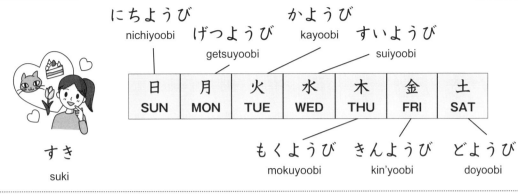

にちようび	nichiyoobi
げつようび	getsuyoobi
かようび	kayoobi
すいようび	suiyoobi
もくようび	mokuyoobi
きんようび	kin'yoobi
どようび	doyoobi
すき	suki

なにを しますか。	Nani o shimasu ka?	What will you do?	Làm gì?	Melakukan hal apa?
なんじですか。	Nan-ji desu ka?	What time?	Mấy giờ?	Jam berapa?
ごぜん 11 じ	gozen juuichi-ji	11:00 a.m.	11 giờ sáng	Pukul 11.00 siang.
また あした。	Mata ashita.	See you tomorrow.	Hẹn gặp lại, ngày mai	Sampai besok.

いっしょに おぼえよう！

Let's learn them together! / Hãy cùng ghi nhớ! / Mari bersama-sama menghafal!

 レポート repooto

 かきます kakimasu

 おんがく ongaku

 ききます kikimasu

 スポーツ supootsu

 テニス tenisu

 ゲーム geemu

 アルバイト arubaito

 します shimasu

 えいが eega

 マンガ manga

 つくります tsukurimasu

8 さとうさんの うちで ② 119

ことばの　れんしゅう　Vocabulary Practice / Luyện tập từ vựng / Latihan kosakata

① Listen to the audio and choose from A, B, C, D, E, F or G (A, B, C or D for question 2).
Hãy lắng nghe dữ liệu âm thanh và chọn từ các hình A ~ G (câu 2. thì từ A~D).
Mari dengarkan suara lalu pilih jawaban antara A-G (A-D untuk nomor 2).

② Look at the illustrations and write the words.
Hãy nhìn hình và viết từ vựng
Mari menulis kata-kata sambil melihat ilustrasi.

1.

◆) K-64

れい）（　B　）　＿＿おんがく＿＿

1）（　　　）＿＿＿＿＿＿＿

2）（　　　）＿＿＿＿＿＿＿

3）（　　　）＿＿＿＿＿＿＿

4）（　　　）＿＿＿＿＿＿＿

5）（　　　）＿＿＿＿＿＿＿

6）（　　　）＿＿＿＿＿＿＿

A　　　B

C　　　D

E　　　F

G

2.

◆) K-65

1）（　　　）＿＿＿＿＿＿＿

2）（　　　）＿＿＿＿＿＿＿

3）（　　　）＿＿＿＿＿＿＿

4）（　　　）＿＿＿＿＿＿＿

A　　　B

C　　　D

120　　● だい２しょう　かいわ

やってみよう！ Let's try! / Hãy làm thử xem! / Mari coba!

1. ① Just like in the example, ask B-san what he/she will do on Sunday?
Hãy hỏi B chủ nhật sẽ làm gì như câu ví dụ.
Mari bertanya kepada B-san apa yang akan dilakukannya pada hari Minggu seperti contoh.

② Just like in the example, answer that you will do 1) through 8).
Hãy trả lời là làm các việc 1) ~ 8) như câu ví dụ.
Mari jawab akan melakukan 1) -8) seperti contoh.

れい）

A：①にちようび、なにを　しますか。
　　　Nichiyoobi,　　nani o　　shimasu ka?

B：②＿にほんごを　べんきょうします＿。
　　　Nihon-go o　　benkyooshimasu.

1) 　　2) 　　3)

4) 　　5) 　　6)

7) 　　8)

2. ① Just like in the example, ask B-san whether he/she likes 1) through 6).
Hãy hỏi B có thích 1) ~ 6) không, như câu ví dụ.
Mari bertanya kepada B-san apakah ia menyukai 1) -6) seperti contoh.

② Just like in the example, answer question ① by saying whether you like it or not.
Hãy trả lời câu hỏi ở phần ① là bạn có thích không, như câu ví dụ.
Mari jawab pertanyaan nomor ① apakah Anda suka atau tidak seperti contoh.

れい）

A：①　マンガ　が　すきですか。
　　　　Manga　ga　sukidesu ka?

B：②（はい。／うーん、あまり……。）
　　　　Hai.　　Uun,　　amari.

1)

2)

3)

4)

5)

6)

3. ① Just like in the example, ask what time the flight will depart.
Hãy hỏi máy bay xuất phát lúc mấy giờ như câu ví dụ.
Mari bertanya jam berapa pesawat akan berangkat seperti contoh.

② Answer the times of 1) through 3).
Hãy trả lời thời gian trong câu 1) ~ 3).
Mari jawab jam 1) -3).

れい）AM 11：00

A：①ひこうきは　なんじですか。
　　　Hikooki wa　　　nan-ji desu ka?

B：② ごぜん　じゅういちじ　です。
　　　Gozen juuichi-ji　　　　desu.

1）AM 7：00　　　2）PM 3：00　　　3）（　　　　　）
　　　　　　　　　　　　　　　　　　answer freely with a.m. or p.m. times
　　　　　　　　　　　　　　　　　　trả lời tự do với thời gian buổi sáng, buổi tối
　　　　　　　　　　　　　　　　　　jawaban bebas dengan jam pagi (gozen) atau siang (gogo)

① Listen to the audio file and memorize what it says. / Hãy lắng nghe dữ liệu âm thanh và ghi nhớ. / Mari dengarkan suara lalu hafalkan.
② Speak along with the audio file. / Hãy cùng nói theo dữ liệu âm thanh. / Mari ucapkan bersama dengan suara.

かず　Kazu　amount / Số đếm / Jumlah

	じゅう		ひゃく		せん		まん
10	じゅう juu	100	ひゃく hyaku	1,000	せん sen	10,000	**いちまん** **ichi** man
20	にじゅう ni juu	200	にひゃく ni hyaku	2,000	にせん ni sen	20,000	にまん ni man
30	さんじゅう san juu	300	**さんびゃく** san **byaku**	3,000	**さんぜん** san **zen**	30,000	さんまん san man
40	よんじゅう yon juu	400	よんひゃく yon hyaku	4,000	よんせん yon sen	40,000	よんまん yon man
50	ごじゅう go juu	500	ごひゃく go hyaku	5,000	ごせん go sen	50,000	ごまん go man
60	ろくじゅう roku juu	600	**ろっぴゃく** **roppyaku**	6,000	ろくせん roku sen	60,000	ろくまん roku man
70	ななじゅう nana juu	700	ななひゃく nana hyaku	7,000	ななせん nana sen	70,000	ななまん nana man
80	はちじゅう hachi juu	800	**はっぴゃく** **happyaku**	8,000	**はっせん** **hassen**	80,000	はちまん hachi man
90	きゅうじゅう kyuu juu	900	きゅうひゃく kyuu hyaku	9,000	きゅうせん kyuu sen	90,000	きゅうまん kyuu man
?	なんじゅう nan juu	?	**なんびゃく** nan **byaku**	?	**なんぜん** nan **zen**	?	なんまん nan man

れんしゅう Practice / Luyện tập / Latihan

1. ① Read the following numbers. / Hãy đọc các chữ số sau đây. / Mari baca angka di bawah ini.
② Listen to the audio files and check your answers. / Hãy lắng nghe dữ liệu âm thanh và kiểm tra lại. / Mari dengarkan suara dan periksalah.

1) 36   2) 52   3) 71   4) 19
5) 95   6) 28   7) 47   8) 84

2. Listen to the audio files and write down the numbers.
Hãy nghe và viết số.
Mari menulis angka setelah mendengarkan suara.

れい) __90__

1) _____   2) _____   3) _____   4) _____
5) _____   6) _____   7) _____   8) _____

3. ① Read the following numbers. / Hãy đọc các chữ số sau đây. / Mari baca angka di bawah ini.
② Listen to the audio files and check your answers. / Hãy lắng nghe dữ liệu âm thanh và kiểm tra lại. / Mari dengarkan suara dan periksalah.

1) 400   2) 350   3) 912   4) 831
5) 199   6) 748   7) 207   8) 625

4. Listen to the audio files and write down the numbers.
Hãy nghe và viết số.
Mari menulis angka setelah mendengarkan suara.

1) _____   2) _____   3) _____   4) _____
5) _____   6) _____   7) _____   8) _____

8 さとうさんの うちで② 125

5. ① Read the following numbers. / Hãy đọc các chữ số sau đây. / Mari baca angka di bawah ini.
② Listen to the audio files and check your answers. / Hãy lắng nghe dữ liệu âm thanh và kiểm tra lại. / Mari dengarkan suara dan periksalah.

1) 5,000　　2) 9,800　　3) 1,998

4) 2,016　　5) 3,221　　6) 4,375

7) 8,749　　8) 6,503

6. Listen to the audio files and write down the numbers.
Hãy lắng nghe và viết các chữ số.
Mari menulis angka setelah mendengarkan suara.

1)_____　2)_____　3)_____　4)_____

5)_____　6)_____　7)_____　8)_____

7. ① Read the following numbers. / Hãy đọc các chữ số sau đây. / Mari baca angka di bawah ini.
② Listen to the audio files and check your answers. / Hãy lắng nghe dữ liệu âm thanh và kiểm tra lại. / Mari dengarkan suara dan periksalah.

1) 80,000　　2) 12,345　　3) 60,789

4) 77,777　　5) 53,982　　6) 45,826

7) 38,001　　8) 20,603

8. Listen to the audio files and write down the numbers.
Hãy lắng nghe và viết các chữ số.
Mari menulis angka setelah mendengarkan suara.

1)_____　2)_____　3)_____

4)_____　5)_____　6)_____

7)_____　8)_____

126 ● だい2しょう　かいわ

9
タクシーで

Takushii de

| By Taxi | Trên taxi | Di Taksi |

| What did the two people talk about on the taxi ride to the airport? | Hai người đang nói gì trong taxi đi đến sân bay? | Apa yang dibicarakan oleh kedua orang itu di dalam taksi menuju bandara? |

| How did the two say good bye when they parted? | Khi hai người chia tay đã chào hỏi như thế nào? | Apa salam yang diucapkan oleh kedua orang itu saat berpisah? |

かいわ
Conversation / Hội thoại / Percakapan 🔊 K-71

ハイ ： さとうさん、くうこう**まで**①
　　　　いくらですか②。
Hai： Satoo-san, kuukoo made ikura desu ka?

さとう： 3,000 えん**くらい**③です。
Satoo： Sanzen-en kurai desu.

・・・・・・・・・・

さとう： チェックインは　なんじ**から**④ですか。
　　　　Chekkuin wa nan-ji kara desu ka?

ハイ ： 9：00 からです。
　　　　Ku-ji kara desu.

・・・・・・・・・・

さとう： ハイさん、おみやげを　かいますか。
　　　　Hai-san, omiyage o kaimasu ka?

ハイ ： はい。にほんの　おみやげは　なに**が　いいですか**⑤。
　　　　Hai. Nihon no omiyage wa nani ga iidesu ka?

さとう： おかしが　いいです**よ**⑥。
　　　　Okashi ga ii desu yo.

ハイ ： **そうですか**⑦。
　　　　Soo desu ka.

・・・・・・・・・・

ハイ ： さとうさん、
　　　　いろいろありがとうございました。
　　　　Satoo-san, iroiro arigatoo gozaimashita.

さとう： **いいえ**⑧。**また　きて　ください**⑨ね。
　　　　Iie. Mata kite kudasai ne.

Translations and explanations for grammar and expressions → p. 30 of the supplementary book
Phần dịch, giải thích ngữ pháp, cách diễn đạt→Sách phụ bản p.30
Terjemahan, penjelasan tata bahasa dan ungkapan → Buku volume lain hal. 30

ことば Vocabulary / Từ vựng / Kosakata   K-72

チェックイン
chekkuin

おみやげ
omiyage

いくら	ikura	how much	Bao nhiêu?	Berapa
なにが いいですか。	Nani ga ii desu ka?	What would you like?	Cái nào được?	Apa yang bagus?
そうですか。	Soo desu ka.	I see.	Vậy à?	Begitu, ya.
また きて くださいね。	Mata kite kudasai ne.	Please come again.	Lại đến nữa nhé.	Silakan datang kembali, ya.

いっしょに おぼえよう！ Let's learn them together! / Hãy cùng ghi nhớ! / Mari bersama-sama menghafal!   K-73

ホテル
hoteru

デパート
depaato

びじゅつかん
bijutsukan

としょかん
toshokan

おはし
ohashi

くすり
kusuri

チョコレート
chokoreeto

9 タクシーで

ことばの　れんしゅう　Vocabulary Practice / Luyện tập từ vựng / Latihan kosakata

(1) Listen to the audio and choose the correct answer from A ~ D.
Hãy lắng nghe dữ liệu âm thanh và chọn từ các hình A ~ D.
Dengarkan suara lalu pilihlah antara A-D.

(2) Look at the illustrations and write the words.
Hãy nhìn hình và viết từ vựng
Mari menulis kata-kata sambil melihat ilustrasi.

1.

🔊 K-74

れい）（　A　）＿＿＿ホテル＿＿＿

A　　　　　　　B

1）（　　）＿＿＿＿＿＿＿

2）（　　）＿＿＿＿＿＿＿

C　　　　　　　D

3）（　　）＿＿＿＿＿＿＿

2.

🔊 K-75

1）（　　）＿＿＿＿＿＿＿

A　　　　　　　B

2）（　　）＿＿＿＿＿＿＿

3）（　　）＿＿＿＿＿＿＿

C　　　　　　　D

4）（　　）＿＿＿＿＿＿＿

やってみよう！ Let's try! / Hãy làm thử xem! / Mari coba!

1. ① Just like in the example, ask how much it will cost to get to destinations 1) through 3).
Hãy hỏi đến các điểm đến trong hình 1) ~ 3) thì mất bao nhiêu tiền như câu ví dụ.
Mari bertanya berapa biaya yang diperlukan sampai tempat tujuan 1) -3) seperti contoh.

② Just like in the example, answer by saying the price of 1) through 3).
Hãy trả lời giá tiền trong hình 1) ~ 3) như câu ví dụ.
Mari jawab harga 1) -3) seperti contoh.

れい）

A：① ___くうこう___ まで いくらですか。
     Kuukoo   made   ikura desu ka?

B：② ___3,000___ えんくらいです。
        Sanzen   -en kurai desu.

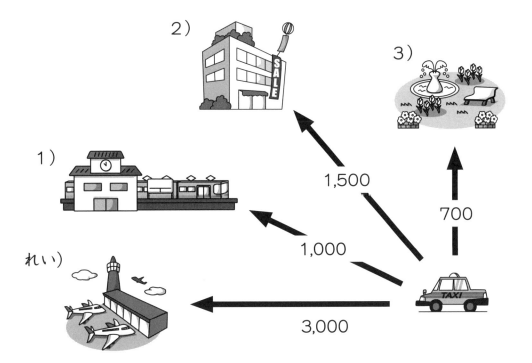

9 タクシーで ● 131

2. ① Just like in the example, answer by saying what time 1) through 6) start.
Hãy hỏi các địa điểm trong hình 1)-6) bắt đầu từ mấy giờ như ví dụ:
Mari bertanya 1) -6) mulai dari jam berapa seperti contoh.

② Answer question ①. What time does it start in your country?
Hãy trả lời câu hỏi ở phần ①. Ở nước của bạn bắt đầu từ mấy giờ?
Mari jawab pertanyaan ①. Di negara Anda, jam berapa mulainya?

れい）

A：①＿＿チェックイン＿＿は　なんじからですか。
　　　　Chekkuin　　　　　wa　　　nan-ji kara desu ka?

B：②（　9：00　）からです。
　　　　Ku-ji　　　kara desu.

3. ① Just like in the example, ask about suggestions 1) through 3) concerning Japan.
Hãy hỏi xin lời khuyên liên quan đến Nhật Bản trong các câu 1) ~ 3) như ví dụ.
Mari bertanya saran tentang Jepang mengenai 1) -3) seperti contoh.

れい)

A：①　おみやげ　は　　なに　が　いいですか。
　　　Omiyage　　wa　　nani　　ga　　ii desu ka?

B：おかしが　いいですよ。
　　Okashi　ga　　ii desu yo.

② Answer the questions about your country. Give your own suggestions.
Hãy trả lời câu hỏi về nước của bạn. Hãy đưa ra lời khuyên của bạn
Mari jawab pertanyaan tentang negara Anda. Mari katakan saran Anda.

A：おみやげは　なにが　いいですか。
　　Omiyage wa　　nani ga　　ii desu ka?

B：②(　おかし　)が　いいですよ。
　　　Okashi　　ga　　ii desu yo.

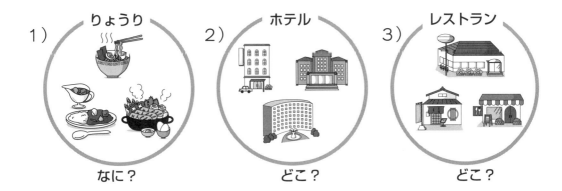

1) りょうり　なに？
2) ホテル　どこ？
3) レストラン　どこ？

ぶんぽう・ひょうげんリスト

Grammar-Expressions List │ Danh mục Ngữ pháp - Cách diễn đạt │ Daftar Tata Bahasa dan Ekspresi

※ See the supplementary book for more information. / Tham khảo sách phụ bản để biết thêm chi tiết. / Untuk lebih jelasnya, silakan lihat buku volume lain.

[品詞 Part of Speech / Từ loại / Bagian ucapan]

Ⓝ 名詞 Noun / Danh từ / Kata benda

Ⓐ 形容詞 Adjective / Tính từ / Kata sifat

Ⓥ 動詞 Verb / Động từ / Kata kerja

いⒶ い形容詞 I-adjective / Tính từ I / Kata sifat -i

なⒶ な形容詞 Na-adjective / Tính từ NA / Kata sifat -na

	ぶんぽう Grammar / Ngữ pháp / Tata bahasa	ひょうげん Expression / Cách diễn đạt / Ungkapan
1	Ⓝ です。 Ⓝ ですか。 Ⓝ の Ⓝ 〜は（話題 topic / Chủ đề / Topik） ここ・そこ・あそこ	あのう。 [名前 name / Tên / Nama] さん はい。（質問への答え answer to a question / Câu trả lời đáp lại câu hỏi / Jawaban pertanyaan） よろしくおねがいします。 どこですか。
2	Ⓥ ます Ⓥ ますか。 　→ はい、Ⓥ ます。 　→ いいえ、Ⓥ ません。 なにを Ⓥ ますか。	[国 country / Quốc gia / Negara] じん え？ [国 country / Quốc gia / Negara] ご こちらへ　どうぞ。 すみません。 おねがいします。 　→ はい。 うーん。
3	これ・それ・あれ Ⓝ ですか。 　→ はい、そうです。 　→ いいえ、ちがいます。 Ⓐ です。 Ⓐ ですか。	ええ。（質問への答え answer to a question / Câu trả lời đáp lại câu hỏi / Jawaban pertanyaan） これは　なんですか。
4	〜へ（方向 direction / Phương hướng / Arah） Ⓥ ませんか。（誘い invitation / Rủ rê / Ajakan） 　→ いいですね。	いいえ。（質問への答え answer to a question / Câu trả lời đáp lại câu hỏi / Jawaban pertanyaan）

134 ● だい２しょう　かいわ

4	～で（交通手段 mode of transportation / Phương tiện giao thông / Moda transportasi） （いA）～い＋くないです。	
5	～が　じょうずです。 ～ね。 Ｖ ました。 Ｖ ませんでした。 どうやって～ ～で（手段 step, procedure / phương tiện / Cara）	ありがとうございます。 （ほめられたときの返事 response to being praised / Đáp lại khi được khen / Jawaban saat dipuji）
6	（いA）＋（N） （なA）＋な＋（N） ～が　あります。 ～で（動作の場所 place of movement / nơi tiến hành hành động / Tempat gerakan）	ええ。（同意・共感 agreement・sympathy / Sự đồng ý - Đồng cảm / Persetujuan, simpati） あ。 そうですね。
7	～も （N）／（なA）＋じゃ　ありません。	こんにちは。 はじめまして。 どうぞ。 ありがとうございます。 （お礼 thanks, gratitude / Cám ơn / Ucapan terima kasih） いただきます。
8	～が　すきです。	なにを　しますか。 うーん、あまり……。 きょうは　ありがとうございました。 また　あした。 なんじですか。 ［時刻 time / Thời gian / Jam/waktu]
9	～まで ～から ［疑問詞 interrogative word / Từ nghi vấn / Kata tanya] が　いいですか。 ～よ。	いくらですか。 ～くらい そうですか。 いいえ。（お礼に対する返事 response to being thanked / Trả lời lại khi được cảm ơn / Jawaban terhadap ucapan terima kasih） また　きてくださいね。

ぶんぽう・ひょうげんリスト　●　135

[著者紹介]

町田恵子 (Keiko Machida)
ABK（公益財団法人アジア学生文化協会）専任講師・教務主任・副校長を経て、現在
アカデミー・オブ・ランゲージ・アーツ教師養成コース主任。

藤田百子 (Momoko Fujita)
東京外国語大学留学生日本語教育センター特任助教。

向井あけみ (Akemi Mukai)
学校法人 ABK 学館 ABK 学館日本語学校非常勤講師。

草野晴香 (Haruka Kusano)
インドネシアにて専任日本語講師、ABK（公益財団法人アジア学生文化協会）にて非
常勤講師を経て、現在アカデミー・オブ・ランゲージ・アーツ非常勤日本語講師。

TRY! START
にほんご はじめよう

2018 年 2 月 9 日　初版　第 1 刷発行
2024 年 4 月 15 日　初版　第 5 刷発行

著　者	町田恵子　藤田百子　向井あけみ　草野晴香
翻　訳	英語　Malcolm Hendricks
	ベトナム語　NGUYEN DO AN NHIEN
	TS. Nguyễn Thị Ái Tiên
	インドネシア語　株式会社アミット
カバーデザイン	アスク　デザイン部
編集・本文デザイン・DTP	有限会社ギルド
本文イラスト	須藤裕子　山崎知美　島津敦
発行人	天谷修身
発　行	株式会社アスク
	〒162-8558 東京都新宿区下宮比町 2-6
	電話 03-3267-6864
	FAX 03-3267-6867

許可なしに転載、複製することを禁じます。
©Keiko Machida, Momoko Fujita, Akemi Mukai, Haruka Kusano 2018
ISBN 978-4-86639-141-0

乱丁・落丁はお取替えいたします。
弊社カスタマーサービス（電話 03-3267-6500 受付時間：土日祝祭日を除く平日 10:00 ～ 12:00
/ 13:00 ～ 17:00）
Printed in Japan

べっさつ

Bessatsu

| Supplementary Book | Phụ bản | Buku Volume Lain |

だい1しょう　**もじ**	Chapter 1 Characters	CHƯƠNG 1 CHỮ VIẾT	Bab 1 Karakter

こたえ　Answer / Câu trả lời / Jawaban

1　ひらがな

きほんの ひらがな

やってみよう！

p.18 ① 🔊 M-04
1) い　2) お　3) あ
4) うえ　5) あい　6) おい

p.19 ② 🔊 M-07
1) こ　2) け　3) く
4) えき　5) いけ　6) かお

p.20 ③ 🔊 M-10
1) そ　2) す　3) せ
4) かさ　5) すし　6) そこ

p.21 ④ 🔊 M-13
1) て　2) ち　3) た
4) つき　5) くち　6) そと

p.22 ⑤ 🔊 M-16
1) に　2) の　3) ぬ
4) ねこ　5) にく　6) なつ

p.23 ⑥ 🔊 M-19
1) ひ　2) ほ　3) へ
4) ほし　5) はな　6) ふね

p.24 ⑦ 🔊 M-22
1) み　2) む　3) ま
4) あめ　5) むし　6) くも

p.25 ⑧ 🔊 M-25
1) や　2) よ　3) ゆ
4) やま　5) ゆめ　6) よこ

p.26 ⑨ 🔊 M-28
1) ろ　2) り　3) れ
4) さる　5) そら　6) くり

p.27 ⑩ 🔊 M-31
1) わに　2) かわ　3) わたし

p.28 にている じ 🔊 M-32
1) さ　2) ほ　3) め　4) る　5) わ
6) い　7) えき　8) はす　9) あし
10) ねつ　11) かい　12) ふろ

やってみよう！

p.29 ⑫ 🔊 M-36
1. 1) みんな　2) しせつ　3) かんたん
2. 1) ほん　2) てんき　3) しけん

いろいろな ひらがな

やってみよう！

p.31 ① 🔊 M-39
1. 1) が　2) す　3) で　4) び　5) ほ
2. 1) ぎ　2) ぞ　3) ど　4) ば　5) ぺ
　　6) みず　7) でんわ　8) おみやげ

p.32 ② 🔊 M-41
1) おっと　2) にし　3) きって
4) せけん　5) けんか

p.33 ③ 🔊 M-43
1) くうき　2) きれい　3) ごかく
4) おじさん　5) おばあさん

p.35 ④ 🔊 M-46
1. 1) にょ　2) ひゅ　3) しゃ
　　4) りょ　5) きゃく
　　6) きしゅ　7) しょくだい
2. 1) ぎょ　2) びゅ　3) にょ
　　4) ひゃ　5) じゅ　6) りゅ
　　7) おちゃ　8) しゃしん

p.38 ⑤ 🔊 M-49
1) しゅじん　2) りょうこう
3) れんしゅう　4) びょういん

2　●だい1しょう　かいわ

p.42 ひらがなテスト

1. す―su、ぜ―ze、ki―き、ha―は

2. 🔊 M-53
　1）ねこ　2）ゆうき　3）ひゃく
　4）こうしょう

3. 1）ひと　2）でんわ　3）かばん
　4）あさって　5）さようなら

4. 🔊 M-54
　1）め　2）ぞ　3）ぴ　4）えき
　5）でんわ　6）にもつ

2　カタカナ

きほんの カタカナ

やってみよう！

p.45 ① 🔊 M-58
1）ス　2）ウ　3）セ　4）ソース
5）アイス　6）コース　7）ケーキ
8）スキー

p.47 ② 🔊 M-61
1）チ　2）ナ　3）フ　4）テニス
5）ネクタイ　6）セーター　7）カタカナ

p.49 ③ 🔊 M-64
1）ラ　2）ヨ　3）マ　4）メモ
5）ミルク　6）タワー　7）フルーツ
8）カラオケ

いろいろな カタカナ

やってみよう！

p.51 ① 🔊 M-67
1. 1）グ　2）ソ　3）ダ　4）パ　5）フ
2. 1）ド　2）ピ　3）ゴ　4）ゼ
　5）ペン　6）ゲーム　7）アルバイト
　8）パスポート

p.53 ② 🔊 M-70
1）ジャ　2）チョ　3）ビュ　4）シャツ
5）メニュー　6）チョコレート

p.54 TRY!

① 🔊 M-71
2）スポーツ　3）テニス　4）ドラマ
5）アニメ　6）ピアノ
7）インターネット　8）パソコン
9）ゲーム

② 🔊 M-72
1）コーヒー　5）ジュース　6）カレー
7）ラーメン　8）ケーキ

③ 🔊 M-73
3）ミャンマー　4）タイ
5）カンボジア　6）ベトナム
7）マレーシア　8）インドネシア
9）フィリピン

p.56 カタカナテスト

1. ン―ん、し―シ、リ―リ、つ―ツ

2. 1）－A　2）－D
　3）－B　4）－C

3. 1）ピアノ　2）メニュー
　3）ネクタイ　4）コンビニ
　5）キャンプ

4. 🔊 M-74
　1）マ　2）ザ　3）ウ　4）カラオケ
　5）シャツ　6）デザート

3　かんじ

どんな もじ？

1）月　2）火　3）水　4）木
5）金　6）土　7）山　8）雨

こたえ ● 3

だい2しょう	**かいわ**	Chapter 2 Conversations	CHƯƠNG 2 HỘI THOẠI	Bab 2 Percakapan

ことばの れんしゅう **れんしゅう** こたえ Answer / Câu trả lời / Jawaban

1 くうこうで

p.70 ことばの れんしゅう

1. 🔊 K-04
1) D くうこう 2) A えき 3) C ぎんこう

2. 🔊 K-05
1) A レストラン 2) D りょうがえじょ
3) C だいがく 4) B トイレ

3. 🔊 K-06
1) B 2) A 3) C 4) B 5) C
6) A 7) B

2 レストランで①

p.77 ことばの れんしゅう

1. 🔊 K-12
1) C みず 2) A しゃしん
3) D しんぶん

2. 🔊 K-13
1) B コーヒー 2) C パン
3) D ジュース 4) A タクシー

3. 🔊 K-14
1) A みます 2) C かいます
3) D のみます 4) B よみます

3 レストランで②

p.83 ことばの れんしゅう 🔊 K-21
1) A からい 2) D つめたい
3) C おいしい

4 レストランで③

p.90 ことばの れんしゅう

1. 🔊 K-28
1) F いきます 2) C むずかしい
3) A とおい 4) D やま 5) E うみ

2. 🔊 K-29
1) C くるま 2) E バイク

3) F ちかてつ 4) B でんしゃ
5) D ひこうき 6) A バス
7) G ふね

5 バスで

p.96 ことばの れんしゅう

1. 🔊 K-36
1) D え 2) B じょうず 3) C うた

2. 🔊 K-37
1) C インターネット 2) A サッカー
3) B ピアノ 4) D アプリ

3. 🔊 K-38
1) B サッカー、します
2) C りょうり、します
3) A うた、うたいます

6 こうえんで

p.102 ことばの れんしゅう 🔊 K-45
1) A ちいさい 2) E いい
3) G にぎやか 4) D ふるい
5) H きれい 6) F しずか
7) C あたらしい

7 さとうさんの うちで①

p.110 ことばの れんしゅう

1. 🔊 K-53
1) C こうちゃ 2) B おちゃ 3) D ケーキ

2. 🔊 K-54
1) D ともだち 2) B こうこうせい
3) A こいびと 4) C だいがくせい

3. 🔊 K-55
1) D おとうとさん 2) A おとうさん
3) C おねえさん 4) B おかあさん

p.115 れんしゅう 🔊 K-60
1. 1) ご 2) さん 3) に 4) はち

4 ● だい2しょう　かいわ

5）じゅう　6）なな／しち

7）いち　8）ろく

2. 1）3　2）1　3）6　4）2

5）10　6）9　7）5

3. 1）いちじ　2）よじ　3）じゅうにじ

4）しちじ　5）くじ　6）じゅうじ

7）はちじ

4. 1）5　2）9　3）12　4）2

5）4　6）1　7）7　8）11

5. 1）ごご　ろくじ　2）ごぜん　くじ

3）ごぜん　じゅういちじ

4）ごぜん　しちじ

5）ごご　じゅういちじ

6）ごご　くじ　7）ごご　さんじ

8　さとうさんの　うちで②

p.120 ことばの　れんしゅう

1. 🔊 **K-64**

1）F　えいが　2）E　マンガ

3）C　レポート　4）G　アルバイト

5）A　テニス　6）D　ゲーム

2. 🔊 **K-65**

1）D　すき　2）A　ききます

3）C　つくります　4）B　かきます

p.125 れんしゅう　🔊 **K-70**

1. 1）さんじゅうろく　2）ごじゅうに

3）ななじゅういち

4）じゅうきゅう／じゅうく

5）きゅうじゅうご　6）にじゅうはち

7）よんじゅうなな　8）はちじゅうよん

2. 1）25　2）38　3）64　4）13

5）81　6）77　7）56　8）49

3. 1）よんひゃく

2）さんびゃくごじゅう

3）きゅうひゃくじゅうに

4）はっぴゃくさんじゅういち

5）ひゃくきゅうじゅうきゅう

6）ななひゃくよんじゅうはち

7）にひゃくなな

8）ろっぴゃくにじゅうご

4. 1）522　2）998　3）681

4）120　5）439　6）804

7）300　8）273

5. 1）ごせん

2）きゅうせんはっぴゃく

3）せんきゅうひゃくきゅうじゅうはち

4）にせんじゅうろく

5）さんぜんにひゃくにじゅういち

6）よんせんさんびゃくななじゅうご

7）はっせんななひゃくよんじゅうきゅう

8）ろくせんごひゃくさん

6. 1）7,654　2）8,345

3）4,032　4）9,564

5）2,000　6）6,957

7）1,868　8）3,001

7. 1）はちまん

2）いちまんにせんさんびゃくよんじゅうご

3）ろくまんななひゃくはちじゅうきゅう

4）ななまんななせんななひゃくななじゅうなな

5）ごまんさんぜんきゅうひゃくはちじゅうに

6）よんまんごせんはっぴゃくにじゅうろく

7）さんまんはっせんいち

8）にまんろっぴゃくさん

8. 1）75,321　2）98,477

3）25,052　4）60,000

5）19,283　6）80,024

7）43,508　8）567,89

9　タクシーで

p.130 ことばの　れんしゅう

1. 🔊 **K-74**

1）C　デパート　2）B　としょかん

3）D　びじゅつかん

2. 🔊 **K-75**

1）C　おみやげ　2）A　おはし

3）D　くすり　4）B　チョコレート

こたえ・こたえの　れい・スクリプト　● 　5

> やってみよう！
スクリプト・こたえ・こたえの　れい

Scripts・Answers・Example Answers / Bài nghe - Câu trả lời - Ví dụ câu trả lời / Naskah, jawaban, contoh jawaban

※ Write your own answer in the (　) free answer section.
　(　) là câu trả lời tự do.
　(　) merupakan jawaban bebas.

1　くうこうで

p.71 1. 🔊 **K-07**

れい)

A：①あのう、<u>さとう</u>さんですか。

B：はい。

A：② a. <u>ベトナムだいがく</u>の b. <u>ハイ</u>です。
　　よろしくおねがいします。

1)

A：① [あのう、<u>すずき</u>さんですか。]

B：はい。

A：② [(a.＿＿) の (b.＿＿) です。
　　よろしくおねがいします。]

2)

A：① [あのう、<u>やまだ</u>さんですか。]

B：はい。

A：② [(a.＿＿) の (b.＿＿) です。
　　よろしくおねがいします。]

3)

A：① [あのう、<u>たかはし</u>さんですか。]

B：はい。

A：② [(a.＿＿) の (b.＿＿) です。
　　よろしくおねがいします。]

4)

A：① [あのう、<u>スミス</u>さんですか。]

B：はい。

A：② [(a.＿＿) の (b.＿＿) です。
　　よろしくおねがいします。]

5)

A：① [あのう、<u>キム</u>さんですか。]

B：はい。

A：② [(a.＿＿) の (b.＿＿) です。
　　よろしくおねがいします。]

p.72 2. 🔊 **K-08**

①

れい)

A：<u>りょうがえじょ</u>は　どこですか。

B：あそこです。

1)

A：[<u>えき</u>は　どこですか。]

B：あそこです。

2)

A：[<u>トイレ</u>は　どこですか。]

B：そこです。

3)

A：[<u>ぎんこう</u>は　どこですか。]

B：ここです。

4)

A：[<u>レストラン</u>は　どこですか。]

B：あそこです。

5)

A：[<u>コンビニ</u>は　どこですか。]

B：そこです。

②

れい)

A：りょうがえじょは　どこですか。

B：<u>あそこ</u>です。

6　●だい2しょう　かいわ

1)
A：えきは　どこですか。
B：[あそこです。]
2)
A：トイレは　どこですか。
B：[そこです。]
3)
A：ぎんこうは　どこですか。
B：[ここです。]
4)
A：レストランは　どこですか。
B：[あそこです。]
5)
A：コンビニは　どこですか。
B：[そこです。]

2　レストランで①
p.78 1. 🔊 **K-15**
①
れい)
A：にほんご、わかりますか。
B：はい、すこし。
1)
A：[かんじ、わかりますか。]
B：いいえ、わかりません。
2)
A：[ひらがな、わかりますか。]
B：はい、わかります。
3)
A：[カタカナ、わかりますか。]
B：はい、すこし。
4)
A：[ベトナムご、わかりますか。]
B：はい、わかります。
5)
A：[えいご、わかりますか。]
B：はい、すこし。

6)
A：[ちゅうごくご、わかりますか。]
B：いいえ、わかりません。
②
れい)
A：にほんご、わかりますか。
B：はい、すこし。
A：にほんご、わかりますか。
B：いいえ、わかりません。
A：にほんご、わかりますか。
B：はい、わかります。
1)
A：かんじ、わかりますか。
B：[(はい、すこし。／いいえ、わかりません。
　　／はい、わかります。)]
2)
A：ひらがな、わかりますか。
B：[(はい、すこし。／いいえ、わかりません。
　　／はい、わかります。)]
3)
A：カタカナ、わかりますか。
B：[(はい、すこし。／いいえ、わかりません。
　　／はい、わかります。)]
4)
A：ベトナムご、わかりますか。
B：[(はい、すこし。／いいえ、わかりません。
　　／はい、わかります。)]
5)
A：えいご、わかりますか。
B：[(はい、すこし。／いいえ、わかりません。
　　／はい、わかります。)]
6)
A：ちゅうごくご、わかりますか。
B：[(はい、すこし。／いいえ、わかりません。
　　／はい、わかります。)]

こたえ・こたえの　れい・スクリプト　●　7

p.79 2. 🔊 **K-16**

れい)
A：メニュー、おねがいします。
B：はい。
1)
A：[みず、おねがいします。]
B：はい。
2)
A：[タクシー、おねがいします。]
B：はい。
3)
A：[しゃしん、おねがいします。]
B：はい。

p.80 3. 🔊 **K-17**

①
れい)
A：なにを　たべますか。
B：うーん。
1)
A：[なにを　のみますか。]
B：コーヒーを　のみます。
2)
A：[なにを　よみますか]。
B：しんぶんを　よみます。
3)
A：[なにを　みますか。]
B：うーん。
4)
A：[なにを　かいますか。]
B：ざっしを　かいます。
②
れい)
A：なにを　たべますか。
B：うーん。
A：なにを　たべますか。
B：ラーメンを　たべます。

1)
A：なにを　のみますか。
B：[(うーん。／コーヒー／みず／
　　ジュース)　を　のみます。]
2)
A：なにを　よみますか。
B：[(ほん／しんぶん／ざっし)　を
　　よみます。]
3)
A：なにを　みますか。
B：[(うーん。／アニメ／ドラマ／
　　ニュース)　を　みます。]
4)
A：なにを　かいますか。
B：[(パン／みず／ざっし)　を
　　かいます。]

3　レストランで ②

p.84 1. 🔊 **K-22**

れい)
A：これは　すしですか。
B：はい、そうです。
A：これは　カレーですか。
B：いいえ、ちがいます。
1)
A：これは　カレーですか。
B：[はい、そうです。]
2)
A：これは　ラーメンですか。
B：[いいえ、ちがいます。]
3)
A：これは　すきやきですか。
B：[いいえ、ちがいます。]
4)
A：これは　たこやきですか。
B：[はい、そうです。]

5)
A：これは　おにぎりですか。
B：[いいえ、ちがいます。]

p.85 2. 🔊 **K-23**
①
れい)
A：これは　なんですか。
B：カレーです。
1)
A：[これは　なんですか。]
B：しゃぶしゃぶです。
2)
A：[これは　なんですか。]
B：おこのみやきです。
3)
A：[これは　なんですか。]
B：うどんです。
4)
A：[これは　なんですか。]
B：かつどんです。
5)
A：[これは　なんですか。]
B：のりまきです。
②
れい)
A：これは　なんですか。
R：カレーです。
1)
A：これは　なんですか。
B：[しゃぶしゃぶです。]
2)
A：これは　なんですか。
B：[おこのみやきです。]
3)
A：これは　なんですか。
B：[うどんです。]

4)
A：これは　なんですか。
B：[かつどんです。]
5)
A：これは　なんですか。
B：[のりまきです。]

p.86 3. 🔊 **K-24**
れい)
A：これ、おいしいですか。
B：ええ。
1)
A：[これ、つめたいですか。]
B：ええ。
2)
A：[これ、からいですか。]
B：ええ。
3)
A：[これ、あまいですか。]
B：ええ。
4)
A：[これ、あついですか。]
B：ええ。

4　レストランで ③

p.91 1. 🔊 **K-30**
れい)
A：こうえんへ　いきませんか。
B：いいですね。
1)
A：[うみへ　いきませんか。]
B：いいですね。
2)
A：[やまへ　いきませんか。]
B：いいですね。
3)
A：[(　　　　)へ　いきませんか。]
B：いいですね。

こたえ・こたえの　れい・スクリプト ● 9

p.91 2. 🔊 K-31

①

れい)
A：なんで　いきますか。
B：バスで　いきます。
1)
A：[なんで　いきますか。]
B：でんしゃで　いきます。
2)
A：[なんで　いきますか。]
B：くるまで　いきます。
3)
A：[なんで　いきますか。]
B：ひこうきで　いきます。
4)
A：[なんで　いきますか。]
B：バイクで　いきます。
5)
A：[なんで　いきますか。]
B：ちかてつで　いきます。
6)
A：[なんで　いきますか。]
B：ふねで　いきます。
7)
A：[なんで　いきますか。]
B：タクシーで　いきます。

②

れい)
A：なんで　いきますか。
B：バスで　いきます。
1)
A：なんで　いきますか。
B：[でんしゃで　いきます。]
2)
A：なんで　いきますか。
B：[くるまで　いきます。]

3)
A：なんで　いきますか。
B：[ひこうきで　いきます。]
4)
A：なんで　いきますか。
B：[バイクで　いきます。]
5)
A：なんで　いきますか。
B：[ちかてつで　いきます。]
6)
A：なんで　いきますか。
B：[ふねで　いきます。]
7)
A：なんで　いきますか。
B：[タクシーで　いきます。]

p.92 3. 🔊 K-32

①

れい)
A：とおいですか。
B：いいえ、とおくないです。
1)
A：[からいですか。]
B：いいえ、からくないです。
2)
A：[たかいですか。]
B：いいえ、たかくないです。
3)
A：[むずかしいですか。]
B：いいえ、むずかしくないです。

②

れい)
A：とおいですか。
B：いいえ、とおくないです。
1)
A：からいですか。
B：[いいえ、からくないです。]

10　● だい２しょう　かいわ

2)
A：たかいですか。
B：[いいえ、たかくないです。]
3)
A：むずかしいですか。
B：[いいえ、むずかしくないです。]

5 バスで

p.97 1. 🔊 K-39
れい)
A：にほんごが じょうずですね。
B：ありがとうございます。
1)
A：[えいごが じょうずですね。]
B：ありがとうございます。
2)
A：[うたが じょうずですね。]
B：ありがとうございます。
3)
A：[えが じょうずですね。]
B：ありがとうございます。
4)
A：[サッカーが じょうずですね。]
B：ありがとうございます。
5)
A：[りょうりが じょうずですね。]
B：ありがとうございます。
6)
A：[ピアノが じょうずですね。]
B：ありがとうございます。

p.98 2. 🔊 K-40
①
れい)
A：きのう、レストランへ いきましたか。
B：はい、いきました。

1)
A：[きのう、サッカーを しましたか。]
B：はい、しました。
2)
A：[きのう、りょうりを しましたか。]
B：いいえ、しませんでした。
3)
A：[きのう、ニュースを みましたか。]
B：いいえ、みませんでした。
4)
A：[きのう、べんきょうしましたか。]
B：はい、しました。
②
れい)
A：きのう、レストランへ いきましたか。
B：はい、いきました。
A：きのう、レストランへ いきましたか。
B：いいえ、いきませんでした。
1)
A：きのう、サッカーを しましたか。
B：[(はい、しました。／
　　いいえ、しませんでした。)]
2)
A：きのう、りょうりを しましたか。
B：[(はい、しました。／
　　いいえ、しませんでした。)]
3)
A：きのう、ニュースを みましたか。
B：[(はい、みました。／
　　いいえ、みませんでした。)]
4)
A：きのう、べんきょうしましたか。
B：[(はい、しました。／
　　いいえ、しませんでした。)]

こたえ・こたえの れい・スクリプト ● 11

p.98 3. 🔊 K-41

①
れい)
A：どうやって　べんきょうしましたか。
B：これで　べんきょうしました。
1)
A：[どうやって　べんきょうしましたか。]
B：アニメで　べんきょうしました。
2)
A：[どうやって　べんきょうしましたか。]
B：ドラマで　べんきょうしました。
3)
A：[どうやって　べんきょうしましたか。]
B：インターネットで　べんきょうしました。
4)
A：[どうやって　べんきょうしましたか。]
B：アプリで　べんきょうしました。
　②
れい)
A：どうやって　べんきょうしましたか。
B：これで　べんきょうしました。
1)
A：どうやって　べんきょうしましたか。
B：[アニメで　べんきょうしました。]
2)
A：どうやって　べんきょうしましたか。
B：[ドラマで　べんきょうしました。]
3)
A：どうやって　べんきょうしましたか。
B：[インターネットで　べんきょうしました。]
4)
A：どうやって　べんきょうしましたか。
B：[アプリで　べんきょうしました。]

6　こうえんで

p.103 1.

いA　いい、おおきい、ちいさい、あたらしい、ふるい、おいしい、からい、あまい、つめたい、あつい、とおい、たかい、むずかしい

なA　しずか、きれい、にぎやか、じょうず

p.103 2.

1) ◯　2) ×　3) ×　4) ×

p.104 3. 🔊 K-46

れい)
A：きれいな　こうえんですね。
B：ええ。
1)
A：[しずかな　こうえんですね。]
B：ええ。
2)
A：[にぎやかな　こうえんですね。]
B：ええ。
3)
A：[おおきい　こうえんですね。]
B：ええ。
4)
A：[ちいさい　こうえんですね。]
B：ええ。
5)
A：[あたらしい　こうえんですね。]
B：ええ。
6)
A：[ふるい　こうえんですね。]
B：ええ。

p.105 4. 🔊 K-47

れい)
A：あ、<u>カフェ</u>が　あります。
　　あそこで　やすみませんか。
B：そうですね。
1)
A：[あ、<u>ベンチ</u>が　あります。
　　あそこで　やすみませんか。]
B：そうですね。
2)
A：[あ、<u>レストラン</u>が　あります。
　　あそこで　やすみませんか。]
B：そうですね。
3)
A：[あ、<u>みせ</u>が　あります。
　　あそこでやすみませんか。]
B：そうですね。
4)
A：[あ、（　　　　　　）が　あります。
　　あそこで　やすみませんか。]
B：そうですね。

7　さとうさんの　うちで ①

p.111 1. 🔊 K-56

れい)
A：さとうさん、<u>おとうと</u>です。
B：はじめまして、さとうです。
1)
A：[さとうさん、<u>ちち</u>です。]
B：はじめまして、さとうです。
2)
A：[さとうさん、<u>はは</u>です。]
B：はじめまして、さとうです。
3)
A：[さとうさん、<u>あに</u>です。]
B：はじめまして、さとうです。

4)
A：[さとうさん、<u>あね</u>です。]
B：はじめまして、さとうです。
5)
A：[さとうさん、<u>いもうと</u>です。]
B：はじめまして、さとうです。

p.112 2. 🔊 K-57

①
れい)
A：こいびとですか。
B：いいえ、こいびとじゃ　ありません。
　　いもうと／おとうとです。
1)
A：[こいびとですか。]
B：いいえ、こいびとじゃ　ありません。
　　あね／あにです。
2)
A：[こいびとですか。]
B：いいえ、こいびとじゃ　ありません。
　　はは／ちちです。
3)
A：[こいびとですか。]
B：いいえ、こいびとじゃ　ありません。
　　ともだちです。
②
れい)
A：こいびとですか。
B：いいえ、こいびとじゃ　ありません。
　　<u>いもうと／おとうと</u>です。
1)
A：こいびとですか。
B：[いいえ、こいびとじゃ　ありません。
　　<u>あね／あに</u>です。]
2)
A：こいびとですか。
B：[いいえ、こいびとじゃ　ありません。
　　<u>はは／ちち</u>です。]

こたえ・こたえの　れい・スクリプト ● 13

3)

Ａ：こいびとですか。

Ｂ：[いいえ、こいびとじゃ ありません。
　　ともだちです。]

p.113 3. 🔊 K-58

れい)

Ａ：さとうさん、おちゃ、どうぞ。

Ｂ：ありがとうございます。いただきます。

1)

Ａ：[さとうさん、コーヒー、どうぞ。]

Ｂ：ありがとうございます。いただきます。

2)

Ａ：[さとうさん、こうちゃ、どうぞ。]

Ｂ：ありがとうございます。いただきます。

3)

Ａ：[さとうさん、おかし、どうぞ。]

Ｂ：ありがとうございます。いただきます。

4)

Ａ：[さとうさん、(　　　　　)、どうぞ。]

Ｂ：ありがとうございます。いただきます。

8 さとうさんの うちで ②

p.121 1. 🔊 K-66

①

れい)

Ａ：にちようび、なにを しますか。

Ｂ：にほんごを べんきょうします。

1)

Ａ：[にちようび、なにを しますか。]

Ｂ：レポートを かきます。

2)

Ａ：[にちようび、なにを しますか。]

Ｂ：えいがを みます。

3)

Ａ：[にちようび、なにを しますか。]

Ｂ：ざっしを よみます。

4)

Ａ：[にちようび、なにを しますか。]

Ｂ：テニスを します。

5)

Ａ：[にちようび、なにを しますか。]

Ｂ：ゲームを します。

6)

Ａ：[にちようび、なにを しますか。]

Ｂ：ケーキを つくります。

7)

Ａ：[にちようび、なにを しますか。]

Ｂ：アルバイトを します。

8)

Ａ：[にちようび、なにを しますか。]

Ｂ：おんがくを ききます。

②

れい)

Ａ：にちようび、なにを しますか。

Ｂ：にほんごを べんきょうします。

1)

Ａ：にちようび、なにを しますか。

Ｂ：[レポートを かきます。]

2)

Ａ：にちようび、なにを しますか。

Ｂ：[えいがを みます。]

3)

Ａ：にちようび、なにを しますか。

Ｂ：[ざっしを よみます。]

4)

Ａ：にちようび、なにを しますか。

Ｂ：[テニスを します。]

5)

Ａ：にちようび、なにを しますか。

Ｂ：[ゲームを します。]

6)

Ａ：にちようび、なにを しますか。

Ｂ：[ケーキを つくります。]

14 ● だい2しょう かいわ

7)
A：にちようび、なにを　しますか。
B：[アルバイトを　します。]
8)
A：にちようび、なにを　しますか。
B：[おんがくを　ききます。]

p.122 2. 🔊 K-67
①
れい)
A：マンガが　すきですか。
B：はい。
1)
A：[おんがくが　すきですか。]
B：はい。
2)
A：[えいがが　すきですか。]
B：うーん、あまり……。
3)
A：[ほんが　すきですか。]
B：はい。
4)
A：[スポーツが　すきですか。]
B：うーん、あまり……。
5)
A：[すしが　すきですか。]
B：うーん、あまり……。
6)
A：[にほんごが　すきですか。]
B：うーん、あまり……。
②
れい)
A：マンガが　すきですか。
B：はい。
A：マンガが　すきですか。
B：うーん、あまり……。

1)
A：おんがくが　すきですか。
B：[(はい。／うーん、あまり……。)]
2)
A：えいがが　すきですか。
B：[(はい。／うーん、あまり……。)]
3)
A：ほんが　すきですか。
B：[(はい。／うーん、あまり……。)]
4)
A：スポーツが　すきですか。
B：[(はい。／うーん、あまり……。)]
5)
A：すしが　すきですか。
B：[(はい。／うーん、あまり……。)]
6)
A：にほんごが　すきですか。
B：[(はい。／うーん、あまり……。)]

p.123 3. 🔊 K-68
①
れい)
A：ひこうきは　なんじですか。
B：ごぜん　じゅういちじです。
1)
A：[ひこうきは　なんじですか。]
B：ごぜん　しちじです。
2)
A：[ひこうきは　なんじですか。]
B：ごご　さんじです。
②
れい)
A：ひこうきは　なんじですか。
B：ごぜん　じゅういちじです。
1)
A：ひこうきは　なんじですか。
B：[ごぜん　しちじです。]

2)
A：ひこうきは　なんじですか。
B：[ごご　さんじです。]
3)
A：ひこうきは　なんじですか。
B：[（　　　　　）です。]

9　タクシーで
p.131　1.　🔊 K-76
①
れい)
A：くうこうまで　いくらですか。
B：3,000えんくらいです。
1)
A：[えきまで　いくらですか。]
B：1,000えんくらいです。
2)
A：[デパートまで　いくらですか。]
B：1,500えんくらいです。
3)
A：[こうえんまで　いくらですか。]
B：700えんくらいです。
②
れい)
A：くうこうまで　いくらですか。
B：3,000えんくらいです。
1)
A：えきまで　いくらですか。
B：[1,000えんくらいです。]
2)
A：デパートまで　いくらですか。
B：[1,500えんくらいです。]
3)
A：こうえんまで　いくらですか。
B：[700えんくらいです。]

p.132　2.　🔊 K-77
①
れい)
A：チェックインは　なんじからですか。
B：9じからです。
1)
A：[ぎんこうは　なんじからですか。]
B：9じからです。
2)
A：[デパートは　なんじからですか。]
B：10じからです。
3)
A：[レストランは　なんじからですか。]
B：11じからです。
4)
A：[びじゅつかんは　なんじからですか。]
B：9じからです。
5)
A：[としょかんは　なんじからですか。]
B：9じからです。
6)
A：[だいがくは　なんじからですか。]
B：8じからです。
②
れい)
A：チェックインは　なんじからですか。
B：9じからです。
1)
A：ぎんこうは　なんじからですか。
B：[（　　　　　）からです。]
2)
A：デパートは　なんじからですか。
B：[（　　　　　）からです。]
3)
A：レストランは　なんじからですか。
B：[（　　　　　）からです。]

16　● だい2しょう　かいわ

4)

A：びじゅつかんは　なんじからですか。

B：[(　　　　)からです。]

5)

A：としょかんは　なんじからですか。

B：[(　　　　)からです。]

6)

A：だいがくは　なんじからですか。

B：[(　　　　)からです。]

p.133 3. 🔊 K-78

①

れい)

A：おみやげは　なにが　いいですか。

B：おかしが　いいですよ。

1)

A：[りょうりは　なにが　いいですか。]

B：カレーが　いいですよ。

2)

A：[ホテルは　どこが　いいですか。]

B：ＡＢＫホテルが　いいですよ。

3)

A：[レストランは　どこが　いいですか。]

B：レストランアスクが　いいですよ。

②

れい)

A：おみやげは　なにが　いいですか。

B：おかしが　いいですよ。

1)

A：りょうりは　なにが　いいですか。

B：[(　　　　)が　いいですよ。]

2)

A：ホテルは　どこが　いいですか。

B：[(　　　　)が　いいですよ。]

3)

A：レストランは　どこが　いいですか。

B：[(　　　　)が　いいですよ。]

こたえ・こたえの　れい・スクリプト ● 17

かいわ　やく／ぶんぽう・ひょうげんのかいせつ

1　くうこうで

ハイ　：あのう①。さとう②さん③です④か⑤。
さとう：はい⑥。
ハイ　：ベトナムだいがくの⑦　ハイです。
　　　　よろしく　おねがいします⑧。
さとう：よろしく　おねがいします。
　　　　にほんは⑨　はじめてですか。
ハイ　：はい。
・・・・・・・・・
ハイ　：さとうさん、りょうがえじょは　どこですか⑩。
さとう：あそこ⑪です。

Hai　: Excuse me. Are you Sato-san?
Sato : Yes.
Hai　: I'm Hai from Vietnam University. Nice to meet you.
Sato : Nice to meet you, too. Is this your first time in Japan?
Hai　: Yes.

Hai　: Sato-san, where is the money exchange counter?
Sato : It's over there.

①	**あのう。**	何か言いたいことがあるときの呼びかけの表現。	This expression is used when you want to call someone to say something.
②	さとう**さん**ですか。	相手の名前には「さん」をつける。自分の名前につけてはいけない。	Add " さん " to the other person's name. Do not add it to your own name.
③	さとうさん**です**か。 ⓝ です。	名詞の文は最後に「です」をつける。	" です " is used at the end of nominal sentences.
④	さとうさんです**か**。 ⓝ です＋か。	質問の文は文末に「か」をつける。	Add " か " to the end of questions.
⑤	さとうさんですか。	相手の名前を聞くとき、普通「あなたは～さんですか」と聞かない。	" あなたは～さんですか (Are you -san?)" is not usually used when asking someone else's name.
⑥	**はい。**	質問に答えるとき、相手の質問が正しければ、「はい」と言う。	When answering a question in the affirmative, answer with " はい ".
⑦	ベトナムだいがく**の** ハイです。 ⓝ の ⓝ	前の名詞が後ろの名詞を説明するとき、「ベトナムだいがくの　ハイ」のように、名詞と名詞の間に「の」を入れる。	When one noun is being used to modify another, " の " is used between the two nouns, like in " ベトナムだいがくの　ハイ (I'm a Hai from Vietnam University)".
⑧	**よろしく　おねがいします。**	お世話になる人に会ったときに言う。	This is said when meeting someone who is going to look after you.
⑨	にほん**は**　はじめてですか。	トピックの後ろには「は」をつける。「は」と書いて、「わ」と読む。	" は " is used after the subject of a sentence. It is written as " は (ha)" but pronounced " わ (wa)".
⑩	**どこですか。**	場所を聞くときは「どこですか」を使う。	" どこですか (Where is it?)" is used when asking where something is.
⑪	**あそこ**です。	「ここ・そこ・あそこ」は場所を表す。「ここ」は自分に近いところ、「そこ」は聞き手に近いところ、「あそこ」は２人から遠いところを表す。２人が同じ場所にいるときは「ここ」と言う。	" ここ "," そこ " and " あそこ " are used to explain where the place is. " ここ " is used for places close to the speaker, " そこ " is used for places closer to the listener and " あそこ " is used for places that are distant from both. When both people are in the same place, " ここ " is used.

18　● だい２しょう　かいわ

Translation/ Grammar · Explanations for Expressions	Phần dịch, giải thích ngữ pháp, cách diễn đạt	Terjemahan/penjelasan tata bahasa dan ungkapan

Hải : Xin lỗi.... Bạn là Sato phải không? Sato : Vâng. Hải : Tôi là Hải, sinh viên người Việt Nam. Rất hân hạnh được gặp bạn. Sato : Rất hân hạnh được gặp bạn. Đây là lần đầu tiên bạn đến Nhật à? Hải : Vâng. Hải : Sato ơi, chỗ đổi tiền ở đâu thế? Sato : Ở đằng kia.	Hai : Maaf, Anda Sato-san? Sato : Ya. Hai : Saya Hai, mahasiswa Universitas Vietnam. Senang berkenalan dengan Anda. Sato : Senang juga berkenalan denganmu. Anda baru pertama kali datang ke Jepang? Hai : Ya. Hai : Sato-san, di mana tempat menukarkan uang? Sato : Di sana.
Là cách gọi bắt chuyện khi muốn nói điều gì đó.	Ungkapan untuk memanggil seseorang saat ingin mengatakan sesuatu.
Thêm " さん " vào tên của người khác. Không được thêm vào tên của mình.	Berikan kata " さん " pada nama lawan bicara. " さん " tidak boleh diberikan pada nama sendiri.
Với câu danh từ, gắn " です " vào cuối câu.	Berikan " です " di akhir kalimat yang diakhiri dengan kata benda.
Câu hỏi thì cuối câu thêm " か ".	Berikan " か " di akhir kalimat tanya.
Khi hỏi tên người khác, thường sẽ không hỏi là " あなたは～さんですか"(Bạn là ～ phải không?).	Saat menanyakan nama lawan bicara, " あなたは～さんですか (Apakah Anda …-san?)" biasanya tidak digunakan.
Khi trả lời câu hỏi, nếu câu hỏi của đối phương đúng thì nói là " はい ".	Saat menjawab pertanyaan, jawablah " はい " bila pertanyaan lawan bicara benar.
Khi danh từ phía trước giải thích cho danh từ phía sau thì thêm " の "vào giữa hai danh từ như " ベトナムだいがくの　ハイ (Hải đến từ trường đại học Việt Nam)".	Saat kata benda yang berada di depan menjelaskan kata benda di belakangnya, sisipkan " の " di antara kata benda seperti " ベトナムだいがく　の　ハイ " (Hai, mahasiswa Universitas Vietnam).
Cây này được nói khi gặp người sẽ giúp đỡ mình.	Hal yang diucapkan saat bertemu dengan orang yang akan membantu Anda.
Thêm " は " vào phía sau chủ đề. Viết là " は " nhưng sẽ đọc là " わ (wa)".	" は " diberikan di belakang topik. Penulisannya " は " (ha) namun dibaca " わ " (wa).
Khi hỏi về nơi chốn thì sử dụng " どこですか (Ở đâu?)".	" どこですか " digunakan saat menanyakan tempat.
" ここ・そこ・あそこ" được sử dụng để hiển thị nơi chốn. " ここ" được sử dụng để hiển thị nơi gần người nói, còn " そこ " được sử dụng để hiển thị nơi gần người nghe. " あそこ" hiển thị nơi cách xa cả người nói lẫn người nghe. Khi cả hai người ở cùng một chỗ sẽ sử dụng " ここ".	" ここ・そこ・あそこ " menunjukkan tempat. " ここ " menunjukkan tempat yang dekat dengan diri sendiri, " そこ " menunjukkan tempat yang dekat dengan lawan bicara, " あそこ " menunjukkan tempat yang jauh dari diri sendiri maupun lawan bicara. " ここ " digunakan saat diri sendiri dan lawan bicara berada di tempat yang sama.

かいわ　やく／ぶんぽう・ひょうげんのかいせつ　● 19

2 レストランで①

ウエイター： あ、ベトナム**じん**①ですか。 ハイ　　： はい。**え？**② 　　　　　ベトナム**ご**③、わかり**ますか**④⑤。 ウエイター： はい、すこし。 　　　　　**こちらへ　どうぞ**⑥。 ・・・・・・・・・・ さとう　　： **すみません**⑦。メニュー、**おねがいします**⑧。 ウエイター： **はい**⑨。メニューです。 さとう　　： ハイさんは **なにを**⑩⑪　たべますか。 ハイ　　： **うーん**⑫。	Waiter : Are you Vietnamese? Hai　 : Yes. Huh? Do you speak Vietnamese? Waiter : Yes, a little. This way, please. Sato　 : Excuse me. I'd like a menu, please. Waiter : Of course. Here is our menu. Sato　 : Hai-san, what would you like to eat? Hai　 : Hmm.

①	ベトナム**じん**ですか。	国籍を聞くときは、国の名前に「じん」をつける。	When asking someone's nationality, " じ ん " is added after the name of that country.
②	**え？**	驚いたときに言う。	This is used when you are surprised.
③	ベトナム**ご**、わかりますか。	英語以外の言語について話すときは、国の名前に「ご」をつける。	When referring to languages other than English, " ご " is added after the name of that country.
④	ベトナムご、わかり**ます**か。 　　　Ⓥ ます。	動詞の文は「〜ます」の形になる。	Sentences that end with verbs use the -masu form.
⑤	ベトナムご、わかります**か**。 　Ⓥ ます＋か。 →はい、Ⓥ ます。 →いいえ、Ⓥ ません。	動詞を使った質問のときにも、最後に「か」をつける。答えるときは、「はい、〜ます」か、「いいえ、〜ません」と言う。	Add " か " to the end of questions, even if they end in a verb. Answer with either " は い 、〜ま す (yes, 〜)" or " い い え 、〜 ま せ ん (no, 〜)".
⑥	**こちらへ　どうぞ**。	誰かを場所まで案内するときに言う。	This is used when guiding someone somewhere.
⑦	**すみません**。	依頼したいことなどがあるときの呼びかけの表現。	This expressions is used to call someone when you want to request something.
⑧	**おねがいします**。	依頼するときの表現。	This expression is used when making a request.
⑨	**はい**。	頼まれたことに応じるときも「はい」を使う。	When something is requested of you, answer with " は い ".
⑩	**なにを　たべますか**。	物を聞くときは「なに」を使う。	" な に " is used when asking about something.
⑪	なに**を**　たべますか。 　[もの]＋を＋Ⓥ ます。	「すしを　たべます」「みずを　のみます」のように、動詞の文では物の後ろに「を」をつける。	" を " is used at the end of the object of a sentence that ends in a verb. For example, " す し を　た べ ま す (I will have sushi)" or " み ず を　の み ま す (I will drink water)".
⑫	**うーん**。	何か考えているときの表現。	This expressions is used when thinking of something.

20 ● だい２しょう　かいわ

Nhân viên phục vụ : Bạn là người Việt Nam phải không ạ? Hải　　　　　　 : Vâng. Ủa? Bạn biết tiếng Việt sao? Nhân viên phục vụ : Vâng, chỉ một ít thôi. Mời bạn theo lối này Sato:　　　　　　 : Xin lỗi. Làm ơn cho tôi thực đơn. Nhân viên phục vụ : Vâng. Thực đơn đây ạ. Sato　　　　　　 : Hải ăn gì? Hải　　　　　　 : Hmm.	Pelayan : Apakah Anda orang Vietnam? Hai　　 : Ya. Eh? Anda mengerti bahasa Vietnam? Pelayan : Ya, sedikit. Silakan ke sini. Sato　　 : Permisi, tolong bawakan menu. Pelayan : Baik. Ini menunya. Sato　　 : Hai-san mau makan apa? Hai　　 : Hmm...
Khi hỏi về quốc tịch thì thêm từ " じん "sau tên nước.	Saat menanyakan kewarganegaraan, " じん " diberikan pada nama negara.
Nói khi ngạc nhiên.	Hal ini diucapkan saat terkejut.
Ngoại trừ tiếng Anh, khi nói về một ngôn ngữ nào đó thì chỉ cần thêm từ " ご (tiếng ~)" vào sau tên nước đó.	Saat berbicara tentang bahasa selain bahasa Inggris, " ご " diberikan pada nama negaranya.
Câu động từ sẽ có hình thức là " ～ます ".	Kalimat yang diakhiri kata kerja akan memiliki bentuk " ～ます ".
Với những câu hỏi sử dụng động từ, cũng gắn 「か」vào cuối câu. Khi trả lời sẽ nói " はい、～ます "(vâng, ～)、" いいえ、～ません "(không,~)	Saat bertanya dengan menggunakan kata kerja sekalipun, " か " diberikan pada akhir kalimat. Saat menjawab, " はい、～ます (Ya, ～)" atau " いいえ、～ません (Tidak, ～) diucapkan".
Nói khi hướng dẫn ai đó đến chỗ cần thiết.	Hal yang diucapkan saat mengantar seseorang ke suatu tempat.
Cách diễn đạt để gọi ai đó khi có việc cần nhờ.	Ungkapan untuk memanggil seseorang saat ingin meminta sesuatu.
Cách diễn đạt khi nhờ cậy.	Ungkapan saat meminta sesuatu.
Khi đáp lại lời nhờ cậy của ai đó, chúng ta cũng sử dụng " はい ".	" はい " juga digunakan untuk memberikan respons terhadap permintaan.
Khi hỏi đồ vật thì sử dụng " なに (cái gì)".	" なに " digunakan saat menanyakan barang/benda.
Trong câu có động từ thì đẳng sau đồ vật sẽ sử dụng trợ từ " を " chẳng hạn như " すしを　たべます (Ăn sushi)", " みずを　のみます (Uống nước)"	" を " diberikan di belakang benda dalam kalimat yang diakhiri kata kerja seperti " すしを　たべます " (makan sushi), " みずを　のみます " (minum air).
Sử dụng khi đang suy nghĩ điều gì đó.	Ungkapan saat memikirkan sesuatu.

3 レストランで②

ハイ　：これは　カレーですか。①
さとう：はい、そうです。②
ハイ　：これは　なんですか。③
さとう：すしです。
ハイ　：おいしいですか。④⑤
さとう：ええ。⑥

Hai : Is this curry?
Sato: Yes, it is.
Hai : What's this?
Sato: It's sushi.
Hai : Is it good?
Sato: Yes.

①	これ	「これ・それ・あれ」は物を表す。「これ」は自分に近いところにあるもの、「それ」は聞き手に近いところにあるもの、「あれ」は2人から遠いところにあるものを表す。2人から近いところにあるものは「これ」と言う。	" これ ", " それ " and " あれ " are used as pronouns for things. " これ " is used for things close to the speaker, " それ " is used for things closer to the listener and " あれ " is used for things that are distant from both. When something is close to both people, " これ " is used.
②	はい、そうです。	相手の質問が正しいときは「はい、そうです」と言う。違うときは「いいえ、ちがいます」と言う。	Answer with " はい、そうです (yes, that is right) " when the answer to someone's question is yes. When it is not, answer with " いいえ、ちがいます (no, it is not so)".
③	これは　なんですか。	見てもなんだかわからないときや物の名前がわからないときに質問する表現。	This expression is used to ask about something when you do not know what it is or what it is called even when looking at it.
④	おいしいですか。 Ⓐ ＋ です	形容詞の文も最後に「です」をつける。	" です " is also used at the end of sentences that end with adjectives.
⑤	おいしいですか。 Ⓐ です ＋ か	形容詞を使った質問文も最後に「か」をつける。	" か " is added to the end of interrogative sentences that end in adjectives.
⑥	ええ。	質問に答えるとき、「はい」と同じ意味で「ええ」と言ってもいい。	When answering a question in the affirmative, " ええ " can be to used in place of " はい " to mean the same thing.

4 レストランで③

さとう：ハイさん、こうえんへ　いきませんか。①②
ハイ　：いいですね。なんで　いきますか。③④
さとう：バスで　いきます。
ハイ　：とおいですか。
さとう：いいえ、とおくないです。⑤⑥

Sato : Hai-san, Why don't we go to the park?
Hai : That would be nice. How will we get there?
Sato : We will go by bus.
Hai : Is it far?
Sato : No, it's not.

22 ● だい2しょう　かいわ

Hải : Đây là cà ri phải không? Sato : Vâng, đúng vậy. Hải : Đây là cái gì? Sato : Là sushi. Hải : Có ngon không? Sato : Ngon.	Hai : Apakah ini kari? Sato : Ya, benar. Hai : Apa ini? Sato : Ini sushi. Hai : Apakah enak? Sato : Ya.
" これ・それ・あれ " được sử dụng để chỉ đồ vật. " これ " được sử dụng để chỉ đồ vật ở gần người nói, " それ " được sử dụng để chỉ đồ vật gần người nghe, còn " あれ " được sử dụng để hiển thị đồ vật xa cả người nói lẫn người nghe. Khi nói đồ vật gần với cả hai người thì sử dụng " これ ".	" これ・それ・あれ " menunjukkan benda. " これ " menunjukkan benda yang ada di dekat diri sendiri, " それ " menunjukkan benda yang ada di dekat lawan bicara, dan " あれ " menunjukkan benda yang berada jauh dari diri sendiri dan lawan bicara. " これ " digunakan untuk menunjukkan benda yang berada di dekat diri sendiri maupun lawan bicara.

Khi câu trả lời là "vâng," đối với câu hỏi của đối phương thì nói là " はい、そうです "(vâng, đúng vậy). Còn khi câu trả lời không phải là như vậy thì sẽ nói là " いいえ、ちがいます "(không, không phải vậy)	" はい、そうです " (Ya, benar) diucapkan saat pertanyaan lawan bicara benar. Saat salah, " いいえ、ちがいます " (Tidak, bukan begitu) diucapkan.
Là cách diễn đạt câu hỏi khi không biết tên đồ vật hoặc khi nhìn vào mà không biết là cái gì.	Ungkapan untuk menanyakan benda atau nama yang tidak diketahui meskipun sudah dilihat.
Các câu tính từ thì ở cuối cũng thêm " です ".	" です " diberikan di akhir kalimat yang diakhiri oleh kata sifat.
Với những câu hỏi sử dụng tính từ, cũng thêm 「か」 vào cuối câu.	"-ka" diberikan pada akhir kalimat tanya yang menggunakan kata sifat.
Khi trả lời câu hỏi có thể dùng " ええ (vâng / ừ)" với ý nghĩa giống như từ " はい ".	Saat menjawab pertanyaan, " ええ " (Ya) juga boleh diucapkan karena memiliki arti yang sama dengan " はい ".

Sato : Hải, đi công viên nhé. Hải : Được đấy nhỉ. Đi bằng gì? Sato : Đi bằng xe buýt. Hải : Xa không? Sato : Không, không xa.	Sato : Hai-san, Maukah Anda pergi ke taman? Hai : Boleh juga. Dengan apa kita akan pergi? Sato : Kita akan pergi dengan bus. Hai : Apakah tempat itu jauh? Sato : Tidak, tidak jauh.

かいわ やく／ぶんぽう・ひょうげんのかいせつ ● 23

①	こうえん**へ** いきませんか。	「だいがくへ いきます」のように、どこかへ行くとき、場所の後ろに「へ」をつける。「へ」と書いて「え」と読む。	When expressing movement toward a place, " え " is put after the location, like in the sentence " だいがくへ いきます (I will go to university)." The character " へ (he)" is written, but it is pronounced " え e)".
②	こうえんへ いき**ません**か。	相手を誘うときの表現。	This expression is used when inviting someone to do something.
③	**いいですね。**	誘いに応じるときの表現。	This expression is used when replying to an invitation.
④	なん**で** いきますか。	「バスで いきます」のように、交通手段の後ろに「で」をつける。	" で " is placed after a mode of transportation, like in the sentence " バスで いきます (I will go by bus.)"
⑤	**いいえ**	相手の質問に対して否定するときは「いいえ」と言う。	When answering a question in the negative, " いいえ " is used.
⑥	**とおくないです。** **いA** 〜~~い~~ + **くないです**	言葉の最後が「い」になる形容詞を、い形容詞（ **いA** ）と言う。 **いA** の否定は「〜~~い~~くないです」になる。	Adjectives that end with " い " are called i-adjectives. Their negative form is " 〜~~い~~くないです ".

5 バスで

さとう：ハイさん、にほんご**が**①　じょうずです**ね**。②
ハイ　：**ありがとうございます**。③
さとう：**どうやって**④　べんきょうし**ました**⑤か。
ハイ　：これ**で**⑥　べんきょうしました。

Sato : Hai-san, you are good at Japanese.
Hai : Thank you.
Sato : How did you study it?
Hai : I studied with this.

①	にほんご**が** じょうずですね。 [もの] + **が** + **じょうずです。**	「じょうずです」のときは、「を」ではなく「が」を使う。	The particle "ga" is used with " じょうずです " not " を ".
②	にほんご**が** じょうずです**ね**。	自分の感想を話すときは文の後ろに「ね」をつける。相手に同意を求める気持ちが加わることもある。	" ね " is added to the end of sentences when talking about your own feelings and opinions. It may imply a feeling of seeking agreement from the listener.
③	**ありがとうございます。**	「じょうずですね」「いいですね」などと褒められたときは、「ありがとうございます」と答える。	When being praised with phrases such as " じょうずですね (you're good at -)" or " いいですね (that's great)", answer with " ありがとうございます (thank you)".
④	**どうやって** べんきょうしましたか。	手段を聞くときは「どうやって」を使う。	" どうやって " is used to ask about how something will be done.
⑤	どうやって べんきょうし**ました**か。	過去の動作は「〜ました」で表す。否定は「〜ませんでした」と言う。	Past actions are expressed using " 〜ました ". The negative form of this is " 〜ませんでした ".

	肯定	否定
現在	Ⓥ ます	Ⓥ ません
過去	Ⓥ ました	Ⓥ ませんでした

	affirmative	negative
present	Ⓥ ます	Ⓥ ません
past	Ⓥ ました	Ⓥ ませんでした

⑥	これ**で** べんきょうしました。	「インターネットで べんきょうしました。」のように、手段を表すときは後ろに「で」をつける。	" で " is used after stating the method of how something is done, like in the sentence " インターネットで べんきょうしました (I studied using the Internet)."

24 ● だい2しょう　かいわ

Giống như cụm từ " だいがくへ いきます (Đi đến trường đại học)", khi đi đâu đó thì đằng sau nơi chốn sẽ thêm " へ ". Viết là " へ (he)" nhưng đọc là " え (e)".	" へ " diberikan di belakang tempat saat akan pergi ke suatu tempat seperti " だいがくへ いきます " (pergi ke universitas). Penulisannya " へ " (he) namun dibaca " え " (e).
Là cách diễn đạt khi muốn rủ đối phương.	Ungkapan saat mengajak lawan bicara.
Là cách diễn đạt khi đáp lại lời rủ rê.	Ungkapan untuk memberikan respons ajakan.
Giống như " バスで いきます " (Đi bằng xe buýt) sẽ thêm " で " vào đằng sau các phương tiện giao thông.	" で " diberikan di belakang moda transportasi seperti " バスで いきます " (pergi dengan bus).
Khi phủ định lại câu hỏi của đối phương thì nói " いいえ (không)".	" いいえ " diucapkan saat memberikan negasi terhadap pertanyaan lawan bicara.
Tính từ tận cùng bằng chữ " い " thì gọi là tính từ I. Phủ định của tính từ I là " ～⊞くないです ".	Kata sifat yang pada akhir katanya memiliki " い " disebut kata sifat "-i". Bentuk negasinya menjadi " ～⊞くないです ".

Sato : Tiếng Nhật của Hải giỏi quá nhỉ. Hải : Cám ơn. Sato : Hải đã học bằng cách nào? Hải : Học bằng cái này.	Sato : Hai-san, bahasa Jepang Anda pintar. Hai : Terima kasih. Sato : Bagaimana Anda mempelajarinya? Hai : Saya belajar dengan ini.
Khi nói " じょうずです (giỏi)" thì không dùng " を " mà dùng " が ".	Pada waktu " じょうずです ", " が " digunakan dan bukan " を ".
" ね " được gắn vào cuối câu khi nói lên cảm tưởng của mình. Ngoài ra, " ね " cũng còn được sử dụng khi muốn nhận được sự đồng tình từ đối phương.	" ね " diberikan di belakang kalimat pada waktu mengucapkan kesan diri sendiri. Ada kalanya ungkapan ini ditambahkan perasaan meminta lawan bicara agar setuju dengannya.
Khi được khen là " じょうずですね (giỏi nhỉ)", " いいですね (tốt nhỉ)" thì sẽ trả lời là " ありがとうございます (cảm ơn)".	Saat dipuji seperti " じょうずですね " (pintar, ya) atau " いいですね " (bagus, ya), jawablah dengan " ありがとうございます " (terima kasih).
Sử dụng " どうやって " khi hỏi về phương tiện.	" どうやって " digunakan untuk menanyakan cara atau metode.
Các hành động trong quá khứ sẽ được diễn đạt bằng " ～ました (đã～)". Phủ định thì nói là " ～ませんでした (đã không)".	" ～ました " digunakan untuk gerakan lampau. Bentuk negasinya menjadi " ～ませんでした ".

	Khẳng định	Phủ định
Hiện tại	Ⓥ ます	Ⓥ ません
Quá khứ	Ⓥ ました	Ⓥ ませんでした

	Afirmasi	Negasi
Saat ini	Ⓥ ます	Ⓥ ません
Lampau	Ⓥ ました	Ⓥ ませんでした

Sử dụng " で " sau các phương tiện để hiển thị ý nghĩa hành động được tiến hành bằng cách nào ví dụ " インターネットで べんきょうしました " Học bằng internet).	" で " diberikan di belakang kata yang menunjukkan cara/metode seperti " インターネットで べんきょうしました。 " (Belajar dengan internet).

6 こうえんで

さとう：きれい**な**① こうえんですね。 ハイ　：**ええ**②。 ・・・・・・・・・ ハイ　：つかれましたね。 さとう：ええ。**あ**③、カフェ**が**④ あります。 　　　　あそこ**で**⑤ やすみませんか。 ハイ　：**そうですね**⑥。		Sato : This is a beautiful park. Hai : Yes, it is. Hai : That was tiring. Sato : Yes it was. Ah, there's a café. Why don't we rest there? Hai : Yes, let's.

①	きれいな　こうえんですね。 　　**いA** ＋ **N** 　　**なA** ＋ な ＋ **N**	「おおきい・たかい」などのように言葉の後ろに「い」がつく形容詞を「い形容詞」（**いA**）と言う。どんな公園か言うとき、**いA** は「おおきい　こうえん」のようにそのまま後ろに名詞を続けて言う。「しずか」のように言葉の後ろに「い」がつかない形容詞は、どんな公園か言うとき、「しずかな　こうえん」のように形容詞と名詞の間に「な」を入れるので、「な形容詞」**なA** と言われる。（「きれい」は、な形容詞）	Adjectives like " おおきい (big)" and " たかい (tall)" that end with " い " are called [い -A] i-adjectives. When using them to modify nouns, like in " おおきい　こうえん (big park)", the noun can be placed right after the adjective. Adjectives that do not end in " い " are called [な -A] na-adjectives, and " な " is added after them when they are used to modify a noun, like in " しずかな　こうえん (quiet park)". " きれい (beautiful)" is a na-adjective.
②	**ええ。**	「～ですね」と言われて、その意見に同意したり、感想に共感したりするときは「ええ」と答える。	" ええ " can be used when responding to " ～ ですね " and you agree with or feel the same way as the speaker.
③	**あ、**	何かに気が付いたときに言う表現。	This expression is used when you realize or notice something.
④	カフェ**が** あります。	「あります」のときは物の後ろに「を」ではなく「が」をつける。	When the main verb in a sentence or clause is " あります ", the particle " が " is used after the object, not " を ".
⑤	あそこ**で** やすみませんか。	動作の場所は場所の言葉の後ろに「で」をつける。	" で " is added after the location at which the activity of the sentence is taking place.
⑥	**そうですね。**	自分もそう思ったときに言う表現。	This expression is used when you feel the same way as the other person.

7 さとうさんの　うちで①

ハイ　：**こんにちは**①。 さとう：ハイさん、おとうとです。 ハイ　：**はじめまして**②、ハイです。 　　　　おとうとさん**も**③ だいがくせいですか。 さとう：いいえ、だいがくせい**じゃ　ありません**④。 　　　　こうこうせいです。 ・・・・・・・・・ さとう：ハイさん、おちゃ、**どうぞ**⑤。 ハイ　：**ありがとうございます**⑥。**いただきます**⑦。		Hai : Hello. Sato : Hai-san, this is my younger brother. Hai : Nice to meet you. I'm Hai. Is your younger brother also a university student? Sato : No, he isn't a university student. He's a high school student. Sato : Hai-san, please have some tea. Hai : Thank you. I shall have some.

①	**こんにちは。**	昼、人に会ったときのあいさつの表現。	This expression is used to greet people you meet during the day.

26 ● だい２しょう　かいわ

Sato : Công viên đẹp quá nhỉ Hải : Vâng. Hải : Mệt quá rồi nhỉ. Sato : Vâng. A, có quán cà phê. Lại đằng kia nghỉ nhé. Hải : Ừ.	Sato : Taman yang indah, ya. Hai : Ya. Hai : Lelah juga, ya. Sato : Ya. Ah, ada kafe. Bagaimana kalau kita beristirahat di sana? Hai : Boleh juga.
Những tính từ tận cùng là " い "như trong các từ " おおきい・たかい "… được gọi là tính từ I. Khi sử dụng các tính từ I bổ nghĩa cho danh từ như nói công viên như thế nào thì để nguyên I và thêm danh từ vào phía sau. Đối với những tính từ tận cùng không phải là " い " ví dụ như " しずか " thì khi bổ nghĩa cho danh từ như nói công viên như thế nào thì thì sẽ thêm " な " vào giữa tính từ và danh từ như " しずかな　こうえん ". Những tính từ này được gọi là tính từ Na.	Kata sifat yang memiliki akhiran " い " seperti " おおきい、たかい " (besar, tinggi) dan sebagainya disebut "kata sifat -i" (い A). Saat mengungkapkan taman yang seperti apa, kata benda diucapkan langsung di belakang kata sifat tersebut seperti " おおきい　こうえん " (taman yang besar). Kata benda yang tidak berakhiran " い " seperti " しずか " (hening), untuk menjelaskan taman yang seperti apa, " な " disisipkan di antara kata sifat dan kata benda menjadi " しずかな　こうえん " (taman yang hening). Oleh sebab itu, kata sifat ini disebut "kata sifat -na" (な A). (" きれい " (indah) termasuk kata sifat -na)
" ええ " được sử dụng để đáp lại cách diễn đạt " ～ですね " khi bạn đồng ý với ý kiến của đối phương hoặc khi bạn đồng cảm với cảm tưởng đó.	Saat mendengar seseorang berkata " ～ですね ", jawablah dengan " ええ " bila setuju dengan pendapatnya atau merasakan perasaan yang sama dengannya.
Cách diễn đạt khi nhận ra một điều gì đó.	Ungkapan yang diucapkan saat menyadari suatu hal.
Khi dùng " あります (có)" thì sau vật không dùng " を " mà dùng " が ".	Untuk " あります ", " が " digunakan di belakang benda dan bukan " を ".
" で " được sử dụng sau từ chỉ nơi chốn để hiển thị nơi diễn ra hành động.	Untuk tempat gerakan, " で " diberikan di belakang kata tempat.
Cách diễn đạt khi bản thân mình cũng nghĩ như vậy.	Ungkapan yang diucapkan saat diri sendiri pun berpikir demikian.
Hải : Xin chào Sato : Hai à, đây là em trai tôi. Hải : Lần đầu tiên được gặp mặt, tôi tên là Hải. Em trai Sato cũng là sinh viên đại học à? Sato : Không, không phải là sinh viên đại học mà là học sinh cấp 3. Sato : Mời Hải dùng trà. Hải : Cám ơn. Tôi xin phép được dùng.	Hai : Selamat siang. Sato : Hai-san, ini adik laki-laki saya. Hai : Perkenalkan, saya Hai. Apakah adik Anda juga seorang mahasiswa? Sato : Bukan, dia bukan mahasiswa. Dia pelajar SMA. Sato : Hai-san, silakan diminum tehnya. Hai : Terima kasih. Saya terima tehnya.
Diễn đạt lời chào hỏi khi gặp ai đó vào buổi trưa.	Ungkapan salam saat bertemu seseorang di siang hari.

かいわ　やく／ぶんぽう・ひょうげんのかいせつ ● 27

②	はじめまして	初めて人に会ったときのあいさつの表現。	This expression is used to greet people you are meeting for the first time.	
③	おとうとさん**も** だいがくせいですか。	「ハイさんは だいがくせいです。おとうとさんも だいがくせいです。」のように、同じだというときは「も」を使う。	" も " is used when referring to things that are similar or the same, like in " ハイさんは だいがくせいです。おとうとさんも だいがくせいです (Hai-san is a university student. Sato-san's younger brother is also a university student)".	
④	だいがくせい**じゃ ありません。** **な A** **N** ┐+じゃ ありません	名詞・な形容詞の否定形は「～じゃ ありません」を使う。	The negative form ending of both nouns and na-adjectives is " ～じゃ ありません ".	
⑤	どうぞ。	何かを勧めるときに言う表現。	This expression is used when suggesting something.	
⑥	ありがとうございます。	相手の配慮に感謝するときに言う。	This is used to express gratitude for someone's concern.	
⑦	いただきます。	食事など、何かを食べる前に言うあいさつの表現。	This expression is used before eating a meal.	

8　さとうさんの　うちで②

さとう：ハイさん、にちようび、**なにを　しますか**。①

ハイ　：アニメを　みます。

さとう：にほんの　アニメ**が**②　**すきですか**。③

ハイ　：はい。

さとう：わたしも　すきです。

・・・・・・・・・

ハイ　：**きょうは　ありがとうございました**。④

さとう：ひこうきは　**なんじですか**。⑤

ハイ　：ごぜん１１じです。

さとう：じゃ、**また　あした**。⑥

Sato : Hai-san, what are you going to do on Sunday?

Hai : I'm going to watch anime.

Sato : Do you like Japanese anime?

Hai : Yes.

Sato : I like it, too.

Hai : Thank you for today.

Sato : What time is your flight?

Hai : It's at 11:00 a.m.

Sato : I'll see you later, then.

①	**なにを　しますか**。	相手の行動を聞くときの表現。答えは「～へ　いきます」「～を　つくります」など、自分のすることを自由に答える。	This expression is used when asking what someone will be doing. Answer by saying what you will do, using phrases like " ～へ　いきます (I'm going to go to -)" or " ～を　つくります (I'm going to make -)".	
②	にほんの　アニメ**が　すき**ですか。 ［もの］＋が＋すきです。	「すき」のときは、「を」ではなく「が」を使う。	The particle " が " is used with " すき " not " を ".	
③	にほんの　アニメが　**すきですか**。	「すきですか」と聞かれたときの否定の答え方は、「うーん、あまり……」。「いいえ、すきじゃ ありません」とはっきり答えると、強すぎて失礼になることがある。	When asked the question " すきですか (do you like)", " うーん、あまり ……(Hmm, not so much)" can be used to answer in the negative. Answering with " いいえ、すきじゃ ありません (No, I don't like it)" may be considered too strong an answer and could thus sound rude.	
④	**きょうは　ありがとうございました**。	別れ際に言うお礼の表現。	This expression is used when parting with someone.	
⑤	**なんじですか**。	時間を聞くときは「なんじ」を使う。	" なんじ " is used when asking what time something is.	

28　● だい２しょう　かいわ

Diễn đạt lời chào hỏi khi gặp ai đó lần đầu.	Ungkapan salam saat bertemu seseorang pertama kali.
Khi diễn đạt sự giống nhau dùng " も " chẳng hạn như " ハイさんは　だいがくせいです。おとうとさんも　だいがくせいです " (Hải là sinh viên đại học. Em trai cũng là sinh viên đại học).	" も " digunakan saat ada suatu kesamaan seperti " ハイさんは　だいがくせいです。おとうとさんも　だいがくせいです。" (Hai-san adalah mahasiswa. Adik laki-lakinya pun mahasiswa.)
Thể phủ định của danh từ và tính từ NA sử dụng " ～じゃ ありません (không là ～)"	" ～じゃ　ありません " digunakan sebagai bentuk negasi kata benda dan kata sifat -na.
Là cách nói được sử dụng khi mời ai cái gì.	Ungkapan yang diucapkan saat memberikan suatu saran.
Là cách nói được sử dụng để hiển thị lòng biết ơn về sự quan tâm của đối phương.	Hal yang diucapkan saat berterima kasih atas pertimbangan lawan bicara.
Là cách nói được sử dụng trước khi ăn cái gì, hoặc trước khi bắt đầu bữa cơm.	Ungkapan salam yang diucapkan sebelum memakan sesuatu seperti makan, dll.
Sato : Chủ nhật Hải làm gì? Hải : Xem phim hoạt hình. Sato : Bạn thích phim hoạt hình Nhật Bản à? Hải : Vâng. Sato : Tôi cũng thích. Hải : Hôm nay cám ơn nhiều nhé Sato : Chuyến bay lúc mấy giờ? Hải : Lúc 11 giờ sáng. Sato : Vậy hẹn gặp vào ngày mai.	Sato : Hai-san, apa yang akan Anda lakukan di hari Minggu? Hai : Saya akan menonton animasi. Sato : Apakah Anda menyukai animasi Jepang? Hai : Ya. Sato : Saya pun suka. Hai : Terima kasih untuk hari ini. Sato : Jam berapa pesawat Anda? Hai : Jam 11.00 siang. Sato : Sampai besok, ya.
Là cách nói khi hỏi về hành động của đối phương. Câu trả lời thì có thể trả lời tự do về những việc mình làm như " ～へ　いきます "(Tôi đi) " ～を　つくります "Tôi làm ～).	Ungkapan saat menanyakan gerakan lawan bicara. Jawaban dapat diberikan dengan bebas menyangkut hal yang akan dilakukan sendiri seperti " ～へ　いきます " (pergi ke ….), " ～を　つくります " (membuat ….).
" すき " không sử dụng trợ từ " を " mà sử dụng trợ từ " が ".	" が " digunakan untuk " すき " dan bukan " を ".
Khi được hỏi " すきですか "(bạn có thích ～ không?) thì câu trả lời sẽ là " うーん、あまり …"(u-m, không thích ～ lắm). Nếu bạn trả lời rõ là " いいえ、すきじゃ ありません " không, tôi không thích) thì sẽ quá mạnh và có khi bị nghĩ là không lịch sự.	Cara menjawab dengan negasi saat ditanya " すきですか " (apakah Anda suka) adalah " うーん、あまり ……" (Hmm, kurang begitu…). Bila dijawab dengan lugas seperti " いいえ、すきじゃ　ありません " (Tidak, saya tidak suka), hal itu akan memberikan kesan yang kuat dan terasa kurang sopan.
Cách diễn đạt sự cám ơn lúc chia tay.	Ungkapan ucapan terima kasih saat berpisah.
Khi hỏi về thời gian thì sử dụng " なんじ (mấy giờ?)".	" なんじ " digunakan untuk menanyakan waktu.

かいわ　やく／ぶんぽう・ひょうげんのかいせつ　29

| ⑥ | また　あした。 | 明日また会うことがわかっているときに、別れ際に言うあいさつの言葉。 | This expression is used when parting with someone knowing that you will see him or her tomorrow. | |

9　タクシーで

ハイ　：さとうさん、くうこう**まで**①　**いくらですか**②。
さとう：3,000 えん**くらい**③です。
・・・・・・・・・・
さとう：チェックインは　なんじ**から**④ですか。
ハイ　：9：00 からです。
・・・・・・・・・・
さとう：ハイさん、おみやげを　かいますか。
ハイ　：はい。にほんの　おみやげは　なに**が**　**いいですか**⑤。
さとう：おかしが　**いいですよ**⑥。
ハイ　：**そうですか**⑦。
・・・・・・・・・・
ハイ　：さとうさん、いろいろ　ありがとうございました。
さとう：**いいえ**⑧。**また　きて　くださいね**⑨。

Hai : Sato-san, how much does it cost to get to the airport?
Sato: It costs about 3,000 yen.

Sato: What time is your check-in?
Hai : It's from 9:00.

Sato: Hai-san, would you like to buy some souvenirs?
Hai : Yes. What are some good Japanese souvenirs?
Sato: Sweets are good.
Hai: Really?

Hai : Sato-san, thank you for everything.
Sato: No problem. Please come again.

①	くうこう**まで**　いくらですか。	「くうこうまで　いきます。」「5じまで　べんきょうします」のように場所や時間の終わりのところを表すときは「まで」を使う。	" まで " is used to express the end point of a trip or a time period, like in " くうこうまで　いきます (I will go to the airport)" or "5 じまで べんきょうします (I will study until 5:00)".	
②	くうこうまで　**いくらですか**。	値段を聞くときは「いくらですか」を使う。	" いくらですか " is used when asking about the price of something.	
③	3,000 えん**くらい**です。	大体の数を表すときは、数の後ろに「くらい」をつける。「ぐらい」と言う人もいる。	When expressing the approximate amount of something, " くらい " is used after the amount Some people also say " ぐらい ".	
④	チェックインは　なんじ**から**ですか。	「ホテルから　くうこうまで　3,000 えんです」「チェックインは　6じからです」のように場所や時間の始まりのところを表すときは「から」を使う。	" から " is used to express the starting point of a trip or a time period, like in " ホテルから　くうこうまで　3,000 えんです (It is 3,000 yen to get from the hotel to the airport)" or " チェックインは　6じからです (Check-in is from 6:00)".	
⑤	なに**が**　**いいですか**。	相手の意見を聞くとき、「どこ・いつ・なんじ」などの聞きたいことの後ろに「〜がいいですか」とつけて聞く。	When asking someone's opinion on something, " 〜がいいですか " is added after " どこ (where)", " いつ (when)" or " なんじ (what time)".	
⑥	おかしが　**いいですよ**。	自分が知っている情報を相手に伝えるときは文の最後に「よ」をつける。	" よ " is added to the end of a sentence when informing someone of information.	
⑦	**そうですか**。	相手が言うことがわかったときの表現。	This expression is used when you understand what the other person has said.	
⑧	**いいえ**。	お礼を言われて、「気にしないでください」と言いたいときにも「いいえ」と言う。	When being thanked by someone, " いいえ " can be used to mean " きにしないでください (Please don't mention it)."	
⑨	**また　きて　くださいね**。	お客さんが帰るときに言うあいさつの表現。	This expression is used when a guest is leaving to go home.	

30　● だい2しょう　かいわ

Là từ dùng để chào hỏi lúc chia tay khi biết rằng ngày mai sẽ gặp lại.	Ungkapan salam yang diucapkan saat berpisah dan tahu bahwa besok akan bertemu kembali.

Hải : Đến sân bay thì hết bao nhiêu tiền hả Sato? Sato : Khoảng 3.000 yên. Sato : Check in (Làm thủ tục) từ lúc mấy giờ? Hải : Từ 9:00. Sato : Hải có mua quà không? Hải : Có. Quà lưu niệm Nhật thì nên mua cái gì? Sato : Mua bánh kẹo thì được đấy. Hải: Vậy à? Hải : Cám ơn Sato về mọi thứ. Sato : Không có gì. Lại đến nữa nhé.	Hai : Sato-san, berapa biaya sampai ke bandara? Sato : Sekitar 3.000 yen. Sato : Jam berapa check-in akan dimulai? Hai : Mulai dari jam 9.00. Sato : Hai-san, apakah Anda akan membeli oleh-oleh? Hai : Ya. Oleh-oleh Jepang apa yang bagus? Sato : Saya rasa makanan ringan bagus. Hai : Begitu, ya. Hai : Sato-san, terima kasih untuk semuanya, ya. Sato : Kembali. Nanti datang lagi, ya.

Khi diễn đạt sự kết thúc của thời gian hay địa điểm chẳng hạn như “くうこうまで　いきます。(Đi đến sân bay)”, “5 じまでべんきょうします (Học đến 5 giờ)” thì dùng “まで (đến ~)”.	" まで " digunakan untuk mengungkapkan akhir dari suatu tempat atau waktu seperti " くうこうまで　いきます。" (Pergi sampai ke bandara) atau " ５じまで　べんきょうします " (Belajar sampai jam 5).
Khi hỏi về giá thì sử dụng “いくらですか (Bao nhiêu tiền?)”.	" いくらですか " digunakan untuk menanyakan harga.
Khi diễn đạt con số đại khái thì đằng sau con số thêm “くらい (khoảng)”. Cũng có một số người dùng “ぐらい”.	" くらい " diberikan di belakang angka untuk menunjukkan kisaran angka. Ada juga orang mengatakannya dengan " ぐらい ".
Khi diễn đạt sự bắt đầu của thời gian hoặc nơi chốn chẳng hạn như “ホテルから　くうこうまで　3,000 えんです（Từ khách sạn đến sân bay là 3.000 yên)”, “チェックインは　6 じからです (Check in bắt đầu từ 6 giờ)” thì sử dụng " から (từ ~)".	" から " digunakan untuk menunjukkan awal dari suatu tempat atau waktu seperti " ホテルから　くうこうまで　3,000 えんです " (3.000 yen dari hotel sampai bandara) atau " チェックインは　６じからです " (Check-in dimulai pukul 6).
Khi hỏi ý kiến của đối phương thì đằng sau việc muốn hỏi như “どこ (ở đâu)・いつ (khi nào)・なんじ (mấy giờ)” sẽ thêm “〜がいいですか (~ thì được?)”.	" 〜がいいですか " diberikan di belakang hal yang ingin ditanyakan seperti " どこ・いつ・なんじ " (di mana, kapan, jam berapa) saat menanyakan pendapat lawan bicara.
Khi truyền đạt các thông tin mình biết cho đối phương thì cuối câu thêm “よ”.	" よ " diberikan di akhir kalimat saat akan menyampaikan informasi yang diketahui diri sendiri kepada lawan bicara.
Cách diễn đạt khi hiểu việc đối phương nói.	Ungkapan saat memahami hal yang diucapkan lawan bicara.
Là cách nói được sử dụng khi muốn nói "bạn đừng bận tâm về điều đó." lúc được ai đó nói lời cám ơn.	Saat diberikan ucapan terima kasih, " いいえ " diucapkan saat ingin mengatakan " きにしないでください " (Tidak apa-apa).
Là cách nói được sử dụng để chào khi khách ra về.	Ungkapan yang diucapkan saat tamu akan pulang.

かいわ　やく／ぶんぽう・ひょうげんのかいせつ

91410-B-230602